പഞ്ചകർമ്മ ചികിത്സ

panchakarma chikitsa
medical

•

dr. s nesamany
dr. lakshmi a s

•

first edition
april 2018

•

published
chintha publishers, thiruvananthapuram

•

typesetting
star communications, thiruvananthapuram

•

cover
midas

വിതരണം

ദേശാഭിമാനി ബുക്ക് ഹൗസ്

H O തിരുവനന്തപുരം-695 035
Ph: 0471-2303026, 6063020
www.chinthapublishers.com
chinthapublishers@gmail.com

ബ്രാഞ്ചുകൾ

ഹെഡ്ഡാഫീസ് ബ്രാഞ്ച് കുന്നുകുഴി • സ്റ്റാച്യു തിരുവനന്തപുരം • കെ എസ് ആർ ടി സി ബസ് സ്റ്റേഷൻ ആലപ്പുഴ • കെ എസ് ആർ ടി സി ബസ് സ്റ്റേഷൻ എറണാകുളം • മച്ചിങ്ങൽ ലെയ്ൻ തൃശൂർ • ഐ ജി റോഡ് കോഴിക്കോട് • മാവൂർ റോഡ് കോഴിക്കോട് • എൻ ജി ഒ യൂണിയൻ ബിൽഡിങ് കണ്ണൂർ • സെൻട്രൽ ബസ് ടെർമിനൽ കോംപ്ലക്സ് താവക്കര കണ്ണൂർ

CO - 2848 / 4610
ISBN - 978-93-87842-20-5

പഞ്ചകർമ്മ ചികിത്സ

ഡോ. എസ് നേശമണി
ഡോ. ലക്ഷ്മി എ എസ്

ചിന്ത പബ്ലിഷേഴ്സ്
തിരുവനന്തപുരം-695 035

ഡോ. എസ് നേശമണി

1946 ൽ പി സുകുമാരന്റെയും കെ കെ മാധവിയുടെയും പുത്രനായി കാർത്തികപ്പള്ളി താലൂക്കിലുള്ള അഴീക്കൽ എന്ന തീരദേശഗ്രാമത്തിൽ ജനിച്ചു. 1971 ൽ തിരുവനന്തപുരം ആയുർവ്വേദ കോളേജിൽനിന്നും ബിരുദം നേടി. ആ വർഷംതന്നെ ഡൽഹി ആസ്ഥാനമായി പ്രവർത്തിക്കുന്ന Central Council for Research in Indian Medicine and Homeopathy എന്ന സ്ഥാപനത്തിൽ റിസർച്ച് അസിസ്റ്റന്റ് ആയി ഔദ്യോഗിക ജീവിതം ആരംഭിക്കുകയും 35 കൊല്ലത്തെ സ്തുത്യർഹമായ ഔദ്യോഗിക ജീവിതത്തിനു ശേഷം 2006 ൽ സീനിയർ സയന്റിസ്റ്റ് എന്ന പദവിയിലിരിക്കെ വിരമിക്കുകയും ചെയ്തു. 2006 ൽ തന്നെ ഏറ്റവും നല്ല വർക്കറിനുള്ള കൗൺസിലിന്റെ അവാർഡ് ലഭിക്കുകയുംചെയ്തു

ആയുർവ്വേദത്തെയും ആരോഗ്യത്തെയും അധികരിച്ചുള്ള 100 ൽപ്പരം ലേഖനങ്ങളും പ്രബന്ധങ്ങളും അന്തർദ്ദേശീയവും പ്രാദേശികവുമായ പ്രസിദ്ധീകരണങ്ങളിൽ പ്രസിദ്ധീകരിക്കുകയും കോൺഫറൻസുകളിൽ അവതരിപ്പിക്കുകയും ചെയ്തിട്ടുണ്ട്. *ഔഷധ സസ്യങ്ങൾ - 1, ഔഷധ സസ്യങ്ങൾ - 2, സ്വസ്ഥ വൃത്തം, ആഹാരവും ആരോഗ്യവും* എന്നീ പുസ്തകങ്ങൾ പ്രസിദ്ധീകരിച്ചിട്ടുണ്ട്.

ഭാര്യ	:	കെ കെ അമ്മിണി
മക്കൾ	:	ഹേമ, രൂപ, വിഷ്ണു
ഫോൺ	:	9895973328

ഡോ. ലക്ഷ്മി എ എസ്

1990 ഒക്ടോബർ 28 ന് തിരുവനന്തപുരം ജില്ലയിൽ വെങ്ങാനൂരിനടുത്ത് ചാവടിനടയിൽ ജനനം. പിതാവ്: ആർ സുധാകരൻ. (റിട്ട. ഉദ്യോഗസ്ഥൻ ഡി പി ഐ), മാതാവ്: കെ അജിത (എച്ച് എസ് എസ് പ്രിൻസിപ്പാൾ). ഏക സഹോദരി രശ്മി എ എസ് (ബി എ എം എസ് വിദ്യാർത്ഥിനി). വെള്ളായണി ലിറ്റിൽ ഫ്ളവർ കോൺവെന്റ് സ്കൂളിൽനിന്നും ഹൈസ്കൂൾ വിദ്യാഭ്യാസവും വെങ്ങാനൂർ ഗവ. മോഡൽ എച്ച് എസ് എസിൽനിന്നും ഹയർസെക്കന്ററി വിദ്യാഭ്യാസവും പൂർത്തിയാക്കി. തിരുവനന്തപുരം ഗവ. ആയുർവ്വേദ കോളേജിൽനിന്നും ബി എ എം എസ് ബിരുദം നേടി (2009 ബാച്ച്). ഇപ്പോൾ 'ജീവക' ആയുർവ്വേദ ക്ലിനിക്കിൽ വൈദ്യവൃത്തി ചെയ്യുന്നു. ശ്രീകാര്യത്തിനടുത്ത് കരിയം രണ്ടാം ചിറയിൽ മണിഭവനിലാണ് ഇപ്പോൾ താമസം.

ഭർത്താവ്	:	ഡോ. വിഷ്ണു (ആയുർവ്വേദ ഭിഷഗ്വരൻ)
മകൾ	:	വേദിക വിഷ്ണു

ഉള്ളടക്കം

പ്രസാധകക്കുറിപ്പ്

ആയുർവ്വേദ ചികിത്സയെ ഇന്ന് ലോകം കൂടുതലായി അംഗീകരിച്ചുകൊണ്ടിരിക്കുന്നു. ഇത്തരത്തിലൊരു അംഗീകാരം നേടിയെടുക്കുന്നതിൽ ഒരു സുപ്രധാന പങ്കുവഹിക്കുന്നത് പഞ്ചകർമ്മ ചികിത്സയാണ്. ഇതു പ്രധാനമായും ശോധന ചികിത്സയാണ്. ശമന ചികിത്സയിൽനിന്നും വ്യത്യസ്തമായി ഈ രീതികൊണ്ട് രോഗപ്രതിരോധ ശക്തിയുണ്ടാവുന്നു. ശമനചികിത്സയാകട്ടെ രോഗം വന്നശേഷം അത് ഭേദമാകുന്നതിനുള്ള ചികിത്സയാണ്.

പഞ്ചകർമ്മ ചികിത്സയുടെ തത്ത്വങ്ങളും പ്രയോഗങ്ങളും വിശദീകരിക്കുകയാണ് ഡോ. എസ് നേശമണിയും ഡോ. എ എസ് ലക്ഷ്മിയും. പഞ്ചകർമ്മ ചികിത്സയെക്കുറിച്ചുള്ള എല്ലാ വിവരങ്ങളും ഈ പുസ്തകത്തിൽനിന്നും വായനക്കാർക്കു ലഭിക്കും. അത്യന്തം ലളിതമായിട്ടാണ് ഈ വിഷയം പ്രതിപാദിച്ചിരിക്കുന്നത്. തികച്ചും കാലോചിതമായ ഇത്തരം ഒരു പുസ്തകം പ്രസിദ്ധീകരിക്കാനായതിൽ ചിന്ത പബ്ലിഷേഴ്സിന് അഭിമാനമുണ്ട്.

ചിന്ത പബ്ലിഷേഴ്സ്

ആമുഖം

ലോകവ്യാപകമായി ഇന്ന് ആയുർവ്വേദ ചികിത്സയെ കൂടുതൽ കൂടുതലായി അംഗീകരിച്ചുകൊണ്ടിരിക്കുന്നു. അതിനു കാരണം, ആയുർവ്വേദ ചികിത്സയുടെ കാതലായ ശോധന ചികിത്സ അഥവാ പഞ്ചകർമ്മ ചികിത്സയാണ്. ലോകത്തിൽ ഈ ചികിത്സാരീതി മാത്രമാണ് ശരീരകലകളിലും സ്രോതസ്സുകളിലും അടിഞ്ഞുകൂടി കാലക്രമത്തിൽ പല മാരക രോഗങ്ങൾക്കും കാരണമാകുന്ന മാലിന്യങ്ങളെ പൂർണ്ണമായി വെളിയിൽ കളയാൻ സഹായിക്കുന്നത്. ഈ ചികിത്സാക്രമത്തെയാണ് വളരെ ശാസ്ത്രീയമായി 'പഞ്ചകർമ്മം' എന്ന പേരിൽ മുന്നോട്ട് വെക്കുന്നത്.

ജീവിതസൗകര്യം വർദ്ധിച്ചതോടുകൂടി, അനേകം പകർച്ചവ്യാധികളെ നിയന്ത്രിച്ചതോടുകൂടി പ്രസവത്തോടു കൂടിയുള്ള മരണങ്ങളും ശിശുമരണങ്ങളും നിയന്ത്രിച്ചതോടുകൂടി മരണനിരക്കുകുറഞ്ഞ് ശരാശരി ആയുസ്സ് വർദ്ധിച്ചു. ഇന്ന് വൃദ്ധന്മാർ കൂടുതൽ കാലം ജീവിക്കുന്നു. പക്ഷേ, ആ ജീവിതം അത്ര സുഖകരമായിട്ടുള്ളതല്ല. ഒരാളുടെ ആരോഗ്യകരമായ ജീവിതത്തിന് ഏറ്റവും അനുപേക്ഷണീയമായ ഹൃദയം, മസ്തിഷ്കം, വൃക്കകൾ, കരൾ, ചേഷ്ടാ നാഡികൾ ഇവയുടെ പ്രവർത്തനം ഭാഗികമായി നശിക്കുകയും അവ ക്യാൻസർ, ഹൃദയാഘാതം, മസ്തിഷ്കശോഷം, തളർവാതം, സന്ധിവാതം, അനിദ്ര അഥവാ ഉറക്കമില്ലായ്മ തുടങ്ങിയ മാരകരോഗങ്ങളുമായി ഇടഞ്ഞു ജീവിക്കാൻ അവരെ നിർബ്ബന്ധിതരുമാക്കുന്നു. എന്നാൽ, കാലാകാലങ്ങളിൽ ശോധന ചികിത്സകളും ചെയ്ത് ശരീരത്തെ മാലിന്യരഹിതവും രോഗരഹിതവുമായി നിലനിർത്താമെങ്കിൽ ആരോഗ്യപൂർണ്ണമായ ദീർഘായുസ്സ് പ്രദാനം ചെയ്യാൻ കഴിയുമെന്ന് ശാസ്ത്രലോകം കണ്ടു തുടങ്ങിയിരിക്കുന്നു.

ആയുർവ്വേദ ചികിത്സയെ പ്രധാനമായും ശോധന ചികിത്സ, ശമന

ചികിത്സ ഇങ്ങനെ രണ്ടായി തരം തിരിക്കുന്നു. ഇതിൽ ശോധന ചികിത്സയ്ക്ക് ശ്രേഷ്ഠസ്ഥാനമാണ് നല്കിയിരിക്കുന്നത്. ഇതിനു കാരണം ശോധന ചികിത്സകൊണ്ട് രോഗം വീണ്ടും വരാത്തവിധം ഭേദമാകുന്നതു കൊണ്ടാണ്. പുതിയ രോഗങ്ങൾ വീണ്ടും വീണ്ടും വരാത്തവിധം ശരീരത്തെ പ്രതിരോധശക്തി ഉള്ളതാക്കിത്തീർക്കുന്ന ശോധനചികിത്സ വമനം, വിരേചനം, വസ്തി, നസ്യം, രക്തമോക്ഷം ഇങ്ങനെ അഞ്ച് ചികിത്സാകർമ്മങ്ങളിലൂടെയാണ് നിർവ്വഹിക്കുന്നത്. അതുകൊണ്ട് ശോധന ചികിത്സയെ പഞ്ചകർമ്മം എന്ന പേരിലും അറിയുന്നു.

പൂർവ്വകർമ്മം, പ്രധാനകർമ്മം, പശ്ചാത്കർമ്മം എന്നീ മൂന്നു ഘട്ടങ്ങളിലൂടെയാണ് പഞ്ചകർമ്മ ചികിത്സ നിർവ്വഹിക്കുന്നത്. ദീപന-പാചന ചികിത്സ, സ്നേഹകർമ്മം, സ്വേദകർമ്മം ഇവ അടങ്ങുന്നതാണ് പൂർവ്വകർമ്മം. പൂർവ്വകർമ്മം കൊണ്ടുദ്ദേശിക്കുന്നത് പഞ്ചകർമ്മം ചെയ്യേണ്ട ആളെ അതിനു പാകപ്പെടുത്തി എടുക്കുകയാണ്.

അന്നപഥത്തിലും ധാതുക്കളിലും ഗ്രന്ഥികളിലും സ്രോതസ്സുകളിലും കാലങ്ങൾകൊണ്ട് അടിഞ്ഞു കൂടിക്കിടക്കുന്ന ആമത്തെ പചിപ്പിച്ച് ഈ അവയവങ്ങളെ കൂടുതൽ കർമ്മോന്മുഖമാക്കി അവയെ കൂടുതൽ അന്ന പരിണാമത്തിനും ധാതുപരിണാമത്തിനും പ്രാപ്തമാക്കുകയാണ് ദീപന പാചന ക്രിയകൾകൊണ്ട് ഉദ്ദേശിക്കുന്നത്. എങ്കിൽ മാത്രമേ പ്രധാന കർമ്മങ്ങൾക്കുപയോഗിക്കുന്ന ഔഷധങ്ങൾ പൂർണ്ണമായി ഫലപ്രദമാകുകയുള്ളൂ. നല്ല പചനക്രിയയും അഗ്നിബലവും ഉള്ളതുതന്നെയാണ് ആരോഗ്യത്തെ നിലനിർത്തുന്ന അനിവാര്യഘടകം. ഷഡ്ധരണ ചൂർണ്ണം, ഹിംഗുവചാദി ചൂർണ്ണം, അഷ്ടചൂർണ്ണം, അഗ്നിതുണ്ടിവടി, ശംഖവടി, പഞ്ചകോലം കഷായം, ഉപവാസം ഇവയെല്ലാം ദീപന പാചനശക്തിയെ വർദ്ധിപ്പിക്കുന്നു.

ദീപന പാചനം കഴിഞ്ഞാൽ അടുത്ത പൂർവ്വകർമ്മമാണ് സ്നേഹനം. ഈ സ്നേഹനം തന്നെ ബാഹ്യ സ്നേഹമെന്നും അന്തർസ്നേഹമെന്നും രണ്ടുവിധത്തിലുണ്ട്. അന്തർസ്നേഹത്തിന് ഉള്ളിൽ സ്നേഹദ്രവ്യം കഴിച്ച് സ്നിഗ്ദ്ധത വരുത്തുക, കൂടാതെ രോഗങ്ങൾക്കും ദോഷപ്രകൃതിക്കും അനുസരിച്ച് സംസ്കരിച്ച സ്നേഹദ്രവ്യങ്ങൾ ഉപയോഗിച്ച് സ്നേഹത്തോടുകൂടിതന്നെ കുപിതമായ ദോഷങ്ങൾക്കും രോഗങ്ങൾക്കും പരിഹാരം കാണുക തുടങ്ങിയ ഉദ്ദേശ്യങ്ങളാണുള്ളത്. നെയ്യ്, തൈലം, വസാ, മജ്ജ ഇവയാണ് പ്രധാനമായും ഉപയോഗിക്കുന്ന സ്നേഹദ്രവ്യങ്ങൾ. ഇതിൽ നെയ്യും തൈലവുമാണ് സർവ്വസാധാരണമായി ഉപയോഗിച്ചു വരുന്ന സ്നേഹദ്രവ്യങ്ങൾ. ഇവ പാകം ചെയ്തും ചെയ്യാതെയും ഉപയോഗിക്കാം. ഒരാളുടെ രോഗം, ദോഷപ്രകൃതി ഇവയ്ക്കനുസരിച്ച് പാകം ചെയ്ത ഘൃത തൈലങ്ങൾ സ്നേഹനത്തിന് ഉപയോഗിക്കുന്ന

* ദോഷാ: കദാചിത് കുപ്യന്തി ജിതാ ലംഘനപാചനൈഃ
യേതു സംശോധനൈഃ ശുദ്ധാ നതേഷാം പുനരുത്ഭവഃ
(അഹൃസൂ.4/26)

താണ് ഏറെ ഫലപ്രദം. ധന്വന്തരം ഘൃതം, ഇന്ദുകാന്തം ഘൃതം തുടങ്ങിയവ ഘൃതയോഗങ്ങൾക്കും ബലാതൈലം, നാരായണതൈലം തുടങ്ങിയവ ഉള്ളിൽ പ്രയോഗിക്കാവുന്ന സ്നേഹദ്രവ്യങ്ങൾക്കുദാഹരണങ്ങളാണ്.

തൈലങ്ങളും, ഘൃതങ്ങളും പാനം ചെയ്യുമ്പോൾ അവ ചെറിയ മാത്രയിൽ തുടങ്ങി ഓരോ ദിവസം കഴിയുന്തോറും മാത്രം കൂട്ടി കൂട്ടി വന്ന് സമ്യക്സ്നിഗ്ദ്ധത കാണുംവരെ ഉപയോഗിക്കണം. ഓരോ ദിവസവും സ്നേഹപാനം കഴിഞ്ഞാൽ നല്ല വിശപ്പ് ഉണ്ടായാൽ മാത്രമേ ആഹാരം കഴിക്കാൻ പാടുള്ളൂ. എണ്ണ പുറമെ തേച്ചിട്ടാണ് (അഭ്യംഗം) ബാഹ്യസ്നേഹം നിർവ്വഹിക്കുന്നത്. സ്നേഹാഭ്യംഗം ചെയ്യുമ്പോൾ തലയിലും ചെവിയിലും കാല്പാദങ്ങളിലും ആദ്യം അഭ്യംഗം ചെയ്യണം.

സ്വേദകർമ്മം പല വിധത്തിലുണ്ട്. ഉദ്വർത്തനം ഒഴികെയുള്ള സ്വേദകർമ്മങ്ങൾക്കു മുൻപ് ചെറുതായി അഭ്യംഗം എണ്ണകൊണ്ട് ചെയ്യണം. പിണ്ഡസ്വേദം, പത്രപുടപാകസ്വേദം, നാഡീസ്വേദം, ഉപനാഹസ്വേദം, സാല്വണ സ്വേദം, അവഗാഹസ്വേദം ഈ വിധം പലതരത്തിലുണ്ട് സ്വേദകർമ്മങ്ങൾ. ഓരോ പൂർവ്വകർമ്മവും പ്രധാന കർമ്മവും അവ അർഹിക്കുന്നവർക്ക് മാത്രമേ ചെയ്യാൻ പാടുള്ളൂ.

പൂർവ്വകർമ്മങ്ങൾക്കു ശേഷം പ്രധാനകർമ്മങ്ങളായ വമനം, വിരേചനം, വസ്തി, നസ്യം, രക്തമോക്ഷം ഇവ ചെയ്യുന്നു. പഞ്ചകർമ്മങ്ങൾ ഏതെന്നുള്ളതിലും ചില അഭിപ്രായഭിന്നതകൾ ഉണ്ട്. സുശ്രുതൻ, വാഗ്ഭടൻ തുടങ്ങിയവരാണ് രക്തമോക്ഷത്തെയും പഞ്ചകർമ്മത്തിൽ ഉൾപ്പെടുത്തുന്നത്. എന്നാൽ, അഗ്നിവേശാദികൾ വമനം, വിരേചനം, കഷായവസ്തി, സ്നേഹവസ്തി, നസ്യം ഇവ അഞ്ചുമാണ് പഞ്ചകർമ്മങ്ങളായി അംഗീകരിക്കുന്നത്. കേരളത്തിലെ ഒരു വിഭാഗം ഭിഷഗ്വരന്മാർ സ്നേഹസ്വേദാദി പൂർവ്വകർമ്മങ്ങളെ പ്രധാനമായി കണ്ട് പഞ്ചകർമ്മങ്ങളെ സ്നേഹസ്വേദം, വമനം, വിരേചനം, വസ്തി, നസ്യം ഇങ്ങനെ അഞ്ചായി കണക്കാക്കപ്പെടുന്നു. ഇവരുടെ മതമനുസരിച്ച് സ്നേഹസ്വേദങ്ങൾ പഴക്കം ചെന്ന പല രോഗങ്ങൾക്കും ഉദാഹരണത്തിന് സന്ധിവാതം, ആമവാതം തുടങ്ങിയ രോഗങ്ങളെ സുഖപ്പെടുത്താനും ബാഹ്യ, ആഭ്യന്തര ഉഭയരോഗമാർഗ്ഗങ്ങളിൽ സഞ്ചരിച്ച് എല്ലാ വിധ രോഗങ്ങളെ നിയന്ത്രിക്കാൻ കഴിവുള്ളതുകൊണ്ടും, ചരകാദികൾ ഷഡ്രൂഷണ ക്രമങ്ങളിൽ സ്നേഹസ്വേദങ്ങളെ ഉൾപ്പെടുത്തിയിരിക്കുന്നതുകൊണ്ടും, സ്നേഹസ്വേദങ്ങൾക്ക് സ്വതന്ത്രചികിത്സയുടെ സ്ഥാനം നല്കി പഞ്ചകർമ്മത്തിൽ ഉൾപ്പെടുത്തിയിരിക്കുന്നു. എന്നാൽ, വമനം തുടങ്ങിയ ഓരോ പ്രധാനകർമ്മത്തിനുമിടയ്ക്ക്

---

* സർപ്പിർമജ്ജാ വസാതൈലം സ്നേഹേഷു പ്രവരംമതം
തത്രാപിചോത്തമം സർപ്പി: സംസ്കാരസ്യാനുവർത്തനാത്

(അ ഹൃ സൂ 15/2^{1}/2)

* ശിരഃശ്രവണ പാദേഷു തം വിശേഷേണ ശീലയേത്/

അ ഹൃ സൂ 2/

സ്നേഹസ്വേദങ്ങൾ എന്ന പൂർവ്വകർമ്മം ചെയ്യേണ്ടി വരുന്നതുകൊണ്ട് അവയെ പൂർവ്വകർമ്മമായി തന്നെ കാണുന്നതാണ് നല്ലത്.

ഓരോ പൂർവ്വകർമ്മത്തിനു ശേഷവും പഞ്ചകർമ്മങ്ങൾക്കു ശേഷവും പേയാദിക്രമം, വിശ്രമം, സ്നേഹനം, സ്വേദനം പിന്നെ അടുത്തക്രിയ- അതായത് വമനക്രിയ ചെയ്തതിനുശേഷം 15 ദിവസം കഴിഞ്ഞാണ് വിരേചനം ചെയ്യേണ്ടത്. ഈ 15 ദിവസങ്ങളിൽ പേയാദിക്രമമനുസരിച്ചുള്ള അന്നപാനവിധി, ധൂപനം, ഗണ്ഡൂഷം തുടങ്ങിയ ഉപകർമ്മങ്ങൾ പിന്നെ അടുത്ത ക്രിയയ്ക്കു മുൻപായിട്ടുള്ള സ്നേഹസ്വേദങ്ങൾ ഇത്രയും ചെയ്യണം. പൂർവ്വകർമ്മം, പ്രധാനകർമ്മം, പശ്ചാത്കർമ്മം, ഉപകർമ്മങ്ങൾ ഇവയെല്ലാം ഇനിയുള്ള അദ്ധ്യായങ്ങളിൽ സമഗ്രമായി വിവരിക്കുന്നു.

ശരീരത്തിൽ അടിഞ്ഞു കൂടുന്ന മാലിന്യം അധികനാൾ ശരീരത്തിൽ അടിഞ്ഞുകൂടാൻ ഇടവരാതെ ഇടയ്ക്കിടയ്ക്ക് ശോധന ചികിത്സ ചെയ്ത് വെളിയിൽ കളയാനാണ് ആയുർവ്വേദം ഉപദേശിക്കുന്നത്. അങ്ങനെ ചെയ്തില്ലെങ്കിൽ അവ മാരകരോഗങ്ങൾക്കും മരണത്തിനും കാരണമാകുമെന്ന് അനേക വർഷങ്ങൾക്കുമുൻപ് തന്നെ ആയുർവ്വേദം രേഖപ്പെടുത്തിയിട്ടുണ്ട്.

ഒരു ചികിത്സാ സമ്പ്രദായം ഫലപ്രദമാണെന്നു കണ്ടാൽ അത് ഏതെല്ലാം രോഗങ്ങളിൽ എത്രമാത്രം ഫലപ്രദമാണെന്ന് തെളിയിക്കപ്പെടണം. വമനവും വിരേചനും വസ്തിയും രക്തമോക്ഷവും നസ്യവുമെല്ലാം ഏതെല്ലാം രോഗങ്ങളിലും ഏതെല്ലാം അവസ്ഥകളിലും ചെയ്യണമെന്ന് ആചാര്യന്മാർ നിർദ്ദേശിച്ചിട്ടുണ്ട്. ഈ രോഗങ്ങളിൽ ഈ കർമ്മങ്ങൾ ഓരോന്നും എത്രകണ്ട് ഫലപ്രദമാണെന്നും എങ്ങനെ ആണ് അവ ഫലപ്രദമാകുന്നതെന്നുമുള്ള വിവരം ശാസ്ത്രീയാടിസ്ഥാനത്തിൽ വിശകലനം ചെയ്യുന്ന statistical analysis ഓരോ പ്രമുഖ പഞ്ചകർമ്മ സ്ഥാപനങ്ങളും ശേഖരിച്ചു വെക്കുകയും അത് ഇംഗ്ലീഷ് ഭാഷയിൽ പ്രസിദ്ധീകരിക്കുകയും അന്തർദ്ദേശീയ സെമിനാറുകളിൽ പ്രസിദ്ധീകരിക്കുകയും ചെയ്യണം. ഇങ്ങനെ ചെയ്യുന്നതുകൊണ്ട് രണ്ട് നേട്ടമാണ് ഉള്ളത്. ഒന്ന് അന്തർദ്ദേശീയതലത്തിൽ ശാസ്ത്രലോകം ഈ നേട്ടങ്ങളെ ചർച്ച ചെയ്യുകയും അംഗീകരിക്കപ്പെടുകയും ചെയ്യും. രണ്ട് ഇതിനുള്ള intellectual property right നമ്മുടെ പേരിൽത്തന്നെ നിലനിർത്തപ്പെടുകയും ചെയ്യും.

ഇന്ന് മുൻകാലങ്ങളിലുള്ളതിനേക്കാൾ ആയിരം ഇരട്ടിയാണ് ശരീരത്തിൽ മാലിന്യങ്ങൾ അടിഞ്ഞുകൂടാനുള്ള ഹേതുക്കൾ. ആഹാരപദാർത്ഥങ്ങൾ സംരക്ഷിക്കാൻ അശാസ്ത്രീയമായി ഉപയോഗിക്കുന്ന മാരകങ്ങളായ കീടനാശിനികൾ, ആഹാരത്തിന് കൊഴുപ്പും നിറവും സ്വാദും വർദ്ധിപ്പിക്കാൻ ചേർക്കുന്ന രാസവസ്തുക്കൾ, ആഹാരം അധികമുല്പാദിക്കാൻ ഉപയോഗിക്കുന്ന സ്റ്റീറോയ്ഡുകൾ, അഴുക്കുചാലുകളിൽ നിന്നും അഴുക്കുകൂമ്പാരങ്ങളിൽനിന്നും വമിച്ചിറങ്ങുന്ന രോഗാണുക്കൾ, റോഡിലും വ്യവസായശാലകളിൽനിന്നും കുമിഞ്ഞുയരുന്ന കാർബൺ മോണോക്സൈഡ് തുടങ്ങിയവയെല്ലാം മനുഷ്യശരീരത്തെ വിഷമയമാക്കുന്നു. ഈ

വിഷങ്ങളെ കാലാകാലങ്ങളിൽ ശോധന ചികിത്സകൊണ്ട് നിർമ്മാർജ്ജനം ചെയ്ത് ശുദ്ധമാക്കിക്കൊണ്ടിരുന്നാൽ ക്യാൻസർ, അൽസറേറ്റീവ് കോളൈറ്റിസ്, സന്ധിവാതം, സ്കീറോഡർമ്മാ, സോറിയാസിസ് തുടങ്ങിയ അസാദ്ധ്യമെന്ന് വിശേഷിപ്പിക്കുന്ന മാരകരോഗങ്ങൾ വരാതെ സൂക്ഷിക്കാം.

ശരീരത്തെ ശുദ്ധീകരിക്കുന്നതിനോടൊപ്പം പല ചിരസ്ഥായി രോഗങ്ങളെയും മാറ്റാൻ ശോധന ചികിത്സ സഹായകമാണ്. അതുകൂടാതെ ശരീരത്തെ രോഗപ്രതിരോധ ശക്തി ഉള്ളതാക്കി തീർക്കാനും രസായനം, വാജീകരണം തുടങ്ങിയ ശോധന ചികിത്സയ്ക്കുശേഷം ചെയ്യുന്ന ചികിത്സകളെ കൂടുതൽ ഫലപ്രദമാക്കാനും സഹായിക്കുന്നു.

പഞ്ചകർമ്മ ചികിത്സയുടെ മൂന്നാം ഭാഗം പശ്ചാത്കർമ്മം ആണ്. ഇതിൽ വിശ്രമം, പഥ്യാഹാരം, രസായന-വാജീകരണ ചികിത്സ ഇവയെല്ലാം ഉൾപ്പെടുന്നു. പഞ്ചകർമ്മ ചികിത്സകൊണ്ട് ഒരു വ്യക്തി ശാരീരികവും മാനസികവുമായി ഒരു പുതു മനുഷ്യനായി രൂപം പ്രാപിക്കുന്നു ഇവിടെ ശരീരത്തിന്റെമാത്രം ശുദ്ധികൊണ്ട് ഒരു ശുദ്ധമനുഷ്യനെ ഉണ്ടാക്കാൻ സാധിക്കുന്നില്ല. മാനസികമായ ശാന്തിയും സന്തുഷ്ടിയും മാനസിക ആരോഗ്യവും ഉണ്ടെങ്കിൽ മാത്രമേ ഒരാൾക്ക് ആരോഗ്യമുള്ള ഒരു ശരീരത്തെ നിലനിർത്താൻ സാധിക്കുകയുള്ളൂ. ആരോഗ്യത്തിന്റെ ലക്ഷണം പറയുന്നതുതന്നെ ശാരീരികവും മാനസികവും ആത്മീയവുമായ ആരോഗ്യത്തിന്റെ സന്തുലനത ആയിട്ടാണ്. അതുകൊണ്ട് പഞ്ചകർമ്മം ചെയ്യുന്ന സ്ഥലവും ചെയ്യുന്ന ആളും പരിസരവും മാനസികമായി ശാന്തി നല്കുന്നതായിരിക്കണം. ഉദ്വേഗജനകമായ അന്തരീക്ഷം പഞ്ചകർമ്മം ചെയ്യുന്നിടത്ത് ഒഴിവാക്കണം.

ശുദ്ധമായ രീതിയിൽ ശുദ്ധമായ അന്തരീക്ഷത്തിൽ ശാസ്ത്രീയമായി പഞ്ചകർമ്മം ചെയ്ത് ഫലസിദ്ധി കണ്ടിട്ടുള്ളവർ പറഞ്ഞു പരത്തിയാണ് ഇന്ന് പല വിദേശ രാജ്യങ്ങളിൽനിന്നും ആൾക്കാർ ഈ ചികിത്സയ്ക്കു വരുന്നത്. പഞ്ചകർമ്മത്തിന് കേരളം മുൻപു നല്കിയ നിലവാരവും പരിശുദ്ധിയും നിലനിർത്തി, അതിനു വിധേയരാകുന്നവരുടെ ശാരീരികവും മാനസികവുമായ ആരോഗ്യം നിലനിർത്താൻ ഏവരും ശ്രമിക്കണം.

മലയാളത്തിലും മറ്റ് പല ഭാഷകളിലും ശോധന ചികിത്സയെ വിശകലനം ചെയ്യുന്ന അനേകം പുസ്തകങ്ങൾ ഇന്ന് ലഭ്യമാണ്. ഇവയിൽ പലതിന്റെയും കാതലായ അംശം പൂർണ്ണമായി ഉൾക്കൊണ്ടിട്ട് ചരക, സുശ്രുത അഷ്ടാംഗഹൃദയത്തിലെ ശോധന ചികിത്സയെ സംബന്ധിക്കുന്ന വിവരണങ്ങൾ പൂർണ്ണ അർത്ഥത്തിൽ മനസ്സിലാക്കിയും ഞങ്ങ

---

* യതേന ച യഥാകാലം മലാനാം ശോധനം പ്രതി
അത്യർത്ഥ സഞ്ചിതാ സ്നേഹി ക്രുദ്ധം സ്യുർജീവിതച്ഛിദ:

....

യേശു സംശോദനൈഃ ശുദ്ധാ ന തേഷാം പുനരുത്ഭവ
(അ ഹൃ സൂ 4/25,26)

ളുടെ ദീർഘകാലത്തെ ഈ വിഷയത്തിലുള്ള അനുഭവസമ്പത്തിനെ സമന്വയിപ്പിച്ചുമാണ് ഈ ഗ്രന്ഥം രചിക്കുന്നത്. എന്റെ മറ്റ് പുസ്തകങ്ങൾക്കു ലഭിച്ച നിർലോഭമായ അംഗീകാരം ഈ പുസ്തകത്തിനും ലഭിക്കുമെന്ന വിശ്വാസത്തിൽ ഇത് പൊതുജനസമക്ഷം സമർപ്പിക്കുന്നു.

ഡോ. എസ് നേശമണി
ഡോ. ലക്ഷ്മി എ എസ്

1

ദീപനപാചന ക്രിയ

'അഗ്നിബലം സർവ്വബല പ്രധാനം' എന്നൊരു ചൊല്ലുതന്നെ ആയുർവ്വേദത്തിലുണ്ട്. അഗ്നിബലമുണ്ടെങ്കിൽ കഴിക്കുന്ന ആഹാരം ദഹിച്ച് ആഗിരണം ചെയ്ത് ധാതു വർദ്ധനമായും പ്രവൃത്തി ചെയ്യാനുള്ള ഊർജ്ജമായും ഓജസ്സായും രൂപാന്തരപ്പെടും.* എന്നാൽ അഗ്നിബലം ശരിയല്ലെങ്കിൽ ആഹാരം ശരിക്കു ദഹിച്ചു ചേരാതെ പിരിഞ്ഞും. പുളിച്ചും ആമദോഷമായും കിടന്ന് അത് ആ രൂപത്തിൽതന്നെ ധാതുക്കളിലേക്ക് ആഗിരണം ചെയ്യുകയും അത് വീണ്ടും ദുഷിച്ച് ധാതുക്കൾക്കും ദുഷിച്ച ധാതുക്കൾ ക്യാൻസർ, ആസ്ത്മാ, സന്ധിവാതം, കുഷ്ഠം, ജ്വരം, ഛർദ്ദി, മലബന്ധം, സ്രോതോരോധം തുടങ്ങി ഒട്ടനേകം രോഗങ്ങൾക്കും കാരണമാകുന്നു.

പഞ്ചകർമ്മ ചികിത്സ സ്വസ്ഥനും രോഗമുള്ളവർക്കും ചെയ്യാവുന്നതാണ്. രോഗമുള്ളവർക്ക് പഞ്ചകർമ്മ ചികിത്സ ചെയ്യുമ്പോൾ ആമം അധികമുണ്ടെങ്കിൽ അതിനെ ചികിത്സിച്ച് ആമത്തെ ദൂരീകരിച്ചതിനു ശേഷമേ പഞ്ചകർമ്മ ചികിത്സ ചെയ്യാവൂ. ആമം അധികമുള്ള അവസ്ഥയിൽ പഞ്ചകർമ്മ ചികിത്സ ചെയ്താൽ അത് സ്നേഹപാനം തുടങ്ങിയ കർമ്മങ്ങൾ ചെയ്യുമ്പോൾ കൂടുതൽ ആമാവസ്ഥയും ആമവാതം തുടങ്ങിയ രോഗങ്ങൾക്കും കാരണമാകും.

ആമാവസ്ഥ തന്നെ മൂന്ന് അവസ്ഥകളിലുണ്ട്. അല്പാമം ഉള്ള അവസ്ഥ, മദ്ധ്യ ആമാവസ്ഥ, അധിക ആമാവസ്ഥ. ഇതിൽ അല്പാമാവസ്ഥ ഉപവാസംകൊണ്ടും മദ്ധ്യആമാവസ്ഥ പാചനദീപന ഔഷധങ്ങ

* യദന്നാംദേഹധാത്വോജോ ബലവർണ്ണാദിപോഷകം
തത്രാഗ്നി ഹേതുരാഹാരാന്ന ഹ്യപക്വാദ്രബാദയ (ചചി 15/5)
ബലമാരേഗ്യമായുശ്ച്യ പ്രാണശ്ചാഗ്നോപ്രതിഷ്ഠിത (ചരകം)

ളുടെ സേവ കൊണ്ടും അധിക ആമാവസ്ഥ രൂക്ഷശോധന ചികിത്സ കൊണ്ടും പരിഹരിക്കാവുന്നതാണ്. ഒരു വലിയ ശോധന ചികിത്സയ്ക്ക് തയ്യാറാകുന്ന ആളെ ഉപവാസം ചെയ്താൽ അത് അയാളുടെ ശരീരശോഷണത്തിനു കാരണമാകും. അതുപോലെ അധിക ആമമുള്ള ആളെ രൂക്ഷ ശോധനം ചെയ്താൽ പിന്നെ വിധിപ്രകാരമുള്ള സ്നേഹസ്വേദപൂർവ്വകർമ്മങ്ങളോടുകൂടിയ വിധിപ്രകാരമുള്ള ശോധന ചികിത്സ നടക്കാതെയും വരും. അതിനാൽ, ശോധന ചികിത്സയ്ക്കു മുൻപ് ഏത് അവസ്ഥയിലുള്ള ആമാവസ്ഥയിലും ദീപന പാചനൗഷധങ്ങൾകൊണ്ട് അവയെ ചികിത്സിച്ചു ഭേദമാക്കുകയാണ് വേണ്ടത്. ആമം ശരീരധാതുക്കളുമായി ലയിച്ചിരിക്കയാൽ അതിൽ നിന്ന് ആമത്തെ ശോധനം ചെയ്തുകളയാൻ ശ്രമിച്ചാൽ ശരീരം തന്നെ നശിക്കുമെന്നു അഭിപ്രായമുണ്ട്.* അതുകൊണ്ട് ഔഷധങ്ങൾകൊണ്ട് ആമത്തെ മാറ്റുന്നതാണ് ആദ്യം ചെയ്യേണ്ടത്.

ആമത്തെ ദീപനപാപനൗഷധങ്ങൾ കൊടുത്ത് വീര്യം നശിച്ചതിനു ശേഷം സ്നേഹനസ്വേദങ്ങൾ ചെയ്ത് ഇളക്കിയിട്ട് വമനം, വിരോചനം, വസ്തി, നസ്യം തുടങ്ങിയ ക്രിയകളിലൂടെ വെളിയിൽ കളയുന്നതാണ് നല്ലത്.

ആമാവസ്ഥയുടെ ലക്ഷണങ്ങൾ

സ്രോതസ്സുകൾ അടയുക, ശരീരബലം കുറയുക, ശരീരത്തിന് അധികഭാരമുള്ളതായി തോന്നുക. ആലസ്യം, ദഹനക്കുറവ്, അരുചി, തളർച്ച ഇവയെല്ലാം ആമലക്ഷണമാണ്** ചില കോളറ തുടങ്ങിയ രോഗങ്ങളുടെ അണുക്കൾ പെരുകി, വയറു വീർത്ത് അതിസാരരോഗമുണ്ടാകുന്നതും മറ്റു പല ടൈഫോയ്ഡ് തുടങ്ങിയ പകർച്ച വ്യാധികളും ആമദോഷം അധികരിക്കുമ്പോഴുണ്ടാകുന്ന രോഗങ്ങളാണ്. നാക്കിന് പൂപ്പൽ, മലബന്ധം, ശരീരത്തിന് ദുർഗ്ഗന്ധം ഇവയും ആമം ശരീരത്തിൽ അധികരിക്കുന്നതിന്റെ ലക്ഷണങ്ങളാണ്. മധുമേഹത്തിന്റെ അവസാന ഘട്ടത്തിൽ പ്രകടമാകുന്ന Septicamia യും ഒരു ആമാവസ്ഥയാണ്

ഒരാളുടെ അഗ്നിക്ക് ചേരാത്ത വിധത്തിൽ ആഹാരം കഴിക്കുന്നതും ആഹാരം അധികം കഴിച്ചിട്ട് യാതൊരു ശാരീരികവ്യായാമം ചെയ്യാതിരിക്കുന്നതും വിരുദ്ധാഹാരവും ചീഞ്ഞു ദുഷിച്ചതുമായ ആഹാരം കഴിക്കുന്നതും, ശാരീരികവേഗങ്ങളെ തടുക്കുക. ഗുരുവും ശീതളവുമായ ആഹാരം കൂടുതൽ കഴിക്കുക ഇവയെല്ലാം ആമം ഉണ്ടാകാൻ കാരണമാണ്.

---

* സർവ്വദേഹ പ്രവിസ്യതാൻ സാമാൽദോഷാൻ ന നിർഹരേത്
ആശ്രയ സ്യഹിനാശായതേ സ്യൂർദുർ നിർഹരത്വത (അ. ഹു. സൂ 13-28)

** സ്രോതോരോധ ബല ഭ്രംശ ഗൗരവാനിലമൂഢതാ:
ആലസ്യാപക്തിനി ഷ്ഠീലമലസംഗാരുചിക്ലമാ
ലിംഗം ചലനാം സാമനാം നിരാമാണാം വിപര്യയ: (അ. സു 13/23-24)

ആമത്തെ ഇല്ലാതാക്കുന്ന ഔഷധങ്ങൾ

ചുക്ക്
തിപ്പലി
തിപ്പലിമൂലം പഞ്ചകോലം
കൊടുവേലിക്കിഴങ്ങ്
അത്തി തിപ്പലി വേര്
മുത്തങ്ങാ
കടുരോഹിണി
ശതകുപ്പം
അയമോദകം
അതിവിടയാ
തോട്ടുപുളി
വാളൻപുളി
ജീരകം
പെരുംജീരകം
കാട്ടുജീരകം
കരിംജിരകം
കറിവേപ്പില
ചവ്യാ
പുളിയാറൽ
കോൽപുളി
മീറ
കായം
വെളുത്തുള്ളി
ഉപ്പ്
ക്ഷാരങ്ങൾ

കടു, അമ്ല, തിക്തരസങ്ങളുള്ള പല ദ്രവ്യങ്ങളും അഗ്നിദീപ്തിയെ വർദ്ധിക്കുന്ന ഔഷധങ്ങളും ദീപന പാചനങ്ങളായ ചില പ്രസിദ്ധ യോഗങ്ങൾ

ഷഡ്ധരണ ചൂർണ്ണം

മരമഞ്ഞൾ, കുടകപ്പാലയരി, കടുരോഹിണി, അതിവിടയം, കൊടുവേലി (ശുദ്ധിചെയ്തത്) പാടക്കിഴങ്ങ് ഇവയാണ് ചേരുവകൾ. ഈ ചൂർണ്ണം സർവ്വ സാധാരണമായി പഞ്ചകർമ്മ ചികിത്സയുടെ മുന്നോടിയായി ദീപന പാചനത്തിനായി സേവിക്കുന്നു.

അഗ്നിമുഖ ചൂർണ്ണം

കായം - 1 ഭാഗം
വയമ്പ് - 2 ഭാഗം
തിപ്പലി - 3 ഭാഗം
ചുക്ക് - 4 ഭാഗം
ജീരകം - 5 ഭാഗം
കടുക്കത്തോട് - 6 ഭാഗം
ശുദ്ധിചെയ്ത കൊടുവേലി - 7 ഭാഗം
വെള്ളക്കൊട്ടം - 8 ഭാഗം

ഈ മാത്രയിലെടുത്തു പൊടിച്ച് ചൂടുവെള്ളത്തിൽ 5 ഗ്രാം വീതം ദിവസം രണ്ടു നേരം എന്ന കണക്കിൽ 7 ദിവസം സേവ

ദീപ്യകാദിചൂർണ്ണം

അയമോദകം, ഇന്തുപ്പ്, കടുക്കാത്തോട്, ചുക്ക് ഇവ സമമെടുത്ത് ചൂർണ്ണമാക്കുക. (ഇന്തുപ്പ് അല്പം കുറച്ചെടുത്താലും കുഴപ്പമില്ലെന്ന മതവുമുണ്ട്)

വാചാദിചൂർണ്ണം

വയമ്പ്, മുത്തങ്ങാക്കിഴങ്ങ്, കൊടുവേലിക്കിഴങ്ങ് (ശുദ്ധി ചെയ്തത്) കടുക്കാത്തോട് കടുകുരോഹിണി ഇവ സമമെടുത്തു പൊടിച്ച പൊടി ഗോമൂത്രത്തിൽ സേവിക്കുക.

വൈശ്വാനര ചൂർണ്ണം

ഇന്തുപ്പ് - 1 ഭാഗം
ജീരകം - 2 ഭാഗം
അയമോദകം - 3 ഭാഗം
തിപ്പലി - 4 ഭാഗം
ചുക്ക് - 5 ഭാഗം
കടുക്കാ - 15 ഭാഗം

ഈ മാത്രയിൽ എടുത്ത് ചൂർണ്ണമുണ്ടാക്കി 6 ഗ്രാം വീതം രാവിലെയും രാത്രിയും ചൂടുവെള്ളത്തിൽ സേവിക്കുക.

ഹിംഗുവചാദിചൂർണ്ണം

കായം, വയമ്പ്, കടുക്കാത്തോട്, ആട്ടുകൊട്ടപ്പാല വേര്, താളിമാതളത്തോട്, അയമോദകം, കൊത്തമല്ലി, പാടക്കിഴങ്ങ്, പുഷ്കരമൂലം, കച്ചോലക്കിഴങ്ങ്, അടയ്ക്കാമണിയൻ വേര്, കൊടുവേലിക്കിഴങ്ങ് (ശുദ്ധി ചെയ്ത്), ചവക്കാരം, തുവച്ചിലക്കാരം, ഇന്തുപ്പ്, വിളയ്ക്ക് ചുക്ക്, കുരുമുളക്, തിപ്പലി, അയമോദകം, കാട്ടുമുളകിൽ വേര്, പുളി വേരിലെ തൊലി, ഞെരിഞ്ഞാമ്പുളി ഇവ സമമെടുത്തു പൊടിക്കുക

നാഗരാദികഷായം

ചുക്ക്, അതിവിടയം, മുത്തങ്ങാക്കിഴങ്ങ് ഇവ സമമെടുത്തുണ്ടാക്കിയ

കഷായം 60 മില്ലി വീതം ദിവസം രണ്ടു നേരമെന്ന കണക്കിൽ 7 ദിവസം സേവിക്കുക.

ചുക്ക്, അതിവിടയം, മുത്തങ്ങാക്കിഴങ്ങ് ഇവ സമമെടുത്ത് കഷായം വെച്ചു സേവിച്ചാൽ അഗ്നിദീപ്തി ഉണ്ടാകും.

വിശ്വാദികഷായം

ചുക്ക്, കടുക്കാത്തോട്, അമൃതുവള്ളി ഇവ സമമെടുത്തു കഷായം വെച്ച് ആ കഷായത്തിൽ തിപ്പലി, കാട്ടുതിപ്പലി വേര്, കാട്ടുമുളകിൽ വേര്, കൊടുവേലിക്കിഴങ്ങ്, ചുക്ക്, നല്ലമുളക്, ഇലവർങ്ഗപ്പട്ട, പച്ചില ഇവ സമമെടുത്തു പൊടിച്ച പൊടിയും ചേർത്ത് സേവിക്കുക.

2

സ്നേഹനം
(Oleation)

ധാതുക്കളിലും അന്നപഥത്തിലും സ്രോതസ്സുകളിലും അടിഞ്ഞു കൂടിയിരിക്കുന്ന ആമത്തെ സ്നിഗ്ദ്ധമാക്കിയും ദ്രവിപ്പിച്ചും ഇളക്കിയും ശോധനമാർഗ്ഗങ്ങളിലേക്ക് ആനയിക്കുക എന്നതാണ് സ്നേഹസ്വേദ ങ്ങൾകൊണ്ട് ആദ്യമായി ഉദ്ദേശിക്കുന്നത്. കൂടാതെ, സ്നേഹദ്രവ്യങ്ങൾ സ്വയം ശരീരത്തിന് ശക്തി പ്രദാനം ചെയ്യുന്നതാണ്. അതുകൊണ്ട് പഞ്ച കർമ്മങ്ങൾക്കു മുൻപായി സ്നേഹനം ബാഹ്യമായും ആഭ്യന്തരമായും ചെയ്യുമ്പോൾ അത് പഞ്ചകർമ്മചികിത്സയുടെ കാഠിന്യം സഹിക്കാൻ ശരീ രത്തെ സജ്ജമാക്കുന്നു. മൂന്നാമതായി നെയ്യ് (സർപ്പിഷ്)തൈലം, വസാ, മജ്ജ തുടങ്ങിയ സ്നേഹദ്രവ്യങ്ങൾക്ക് സംസ്കാരാനുവർത്തിത്വം എന്ന ഗുണം ഉള്ളതിനാൽ ശരീരത്തിന്റെ ദൗർബല്യം, രോഗങ്ങൾ, ദോഷങ്ങളും വിഷമാവസ്ഥ ഇവയെ സമന്വയിക്കാൻ ഉതകുന്ന ഔഷധങ്ങളിട്ടു പാക പ്പെടുത്തുമ്പോൾ ഔഷധങ്ങളുടെയും സ്നേഹത്തിന്റെയും ഗുണങ്ങൾ ചോർന്ന് പോകാതെ സംരക്ഷിച്ച് ശരീരത്തിന്റെ ബലത്തിന് അനുയോ ജ്യമായ രീതിയിൽ പ്രയോഗിക്കാൻ കഴിയുകയും ചെയ്യുന്നു.

സ്നേഹദ്രവ്യങ്ങൾ അനേകമുണ്ടെങ്കിലും നെയ്യ്, എണ്ണ (പ്രധാന മായും തിലതൈലം) വസ, മജ്ജ ഇവയാണ് ശ്രേഷ്ഠ സ്നേഹദ്രവ്യങ്ങൾ.

---

* സ്നേഹനം സ്നേഹവിഷ്യന്ധമാർദ്ദവക്ലേദകാരകം|
(ച.സൂ.22)

* സ്നേഹോ അനിലം ഹന്തി മൃദു കരോതി ദേഹം മലാനാം വിനി ഹന്തി സംഗം||
(ച. സി. 1/7)

* സർപ്പിർമജ്ജാവസാതൈലം സ്നേഹേഷു പ്രവരം മതം|
തത്രാപിചോത്തമം സർപി: സംസ്കാര രസ്യാനുവർത്താത്||
(അ.ഹൃ.സൂ.16/2)

ഈ നാലിൽ വെച്ച് ഏറ്റവും ശ്രേഷ്ഠമായിട്ടുള്ളത് നെയ്യ് തന്നെയാണ്. അതിനുകാരണം അതിനുള്ള സംസ്കാരാനുവർത്തനഗുണം തന്നെയാണ്.

സ്നേഹകർമ്മം പ്രധാനമായും ആഭ്യന്തരം ബാഹ്യം ഇങ്ങനെ രണ്ടു വിധത്തിലുണ്ട്. ഇതിൽ അന്തർസ്നേഹനം സ്നേഹപാനത്തിലൂടെ നിർവ്വഹിക്കപ്പെടുന്നതുകൊണ്ട് അതിനെ സ്നേഹപാനം എന്ന പേരിലും അറിയുന്നു.

സ്നേഹപാനം

നെയ്യ് കുടിക്കൽ, തൈലം കുടിക്കൽ, വസ കുടിക്കൽ, മജ്ജ കുടിക്കൽ ഇങ്ങനെ സ്നേഹപാനം നാലുവിധത്തിൽ ഉണ്ട്. ഇതിൽ ഘൃതപാനത്തെ സർവ്വ ശ്രേഷ്ഠമായി കരുതപ്പെടുന്നു. കാരണം ഇത് പിത്തം, വാതം, വാതപിത്തം ഇങ്ങനെ കേവല ദോഷങ്ങളിലും സമ്മിശ്ര ദോഷങ്ങളിലും ഫലപ്രദമാണ്. ഔഷധങ്ങളെ സ്വന്തം ഗുണം നഷ്ടപ്പെടാതെ പൂർണ്ണമായി സംഗ്രഹിച്ചെടുക്കാൻ ഘൃതങ്ങൾക്ക് സവിശേഷ ശക്തി കൂടുതൽ ഉള്ളതിനാലും മുകളിൽ പറഞ്ഞ ദോഷപ്രകൃതികളിലും അവകൊണ്ടുള്ള രോഗങ്ങളിൽ സംസ്കരിച്ച ഘൃതം കൂടുതൽ ഫലപ്രദമായി സ്നേഹപാനത്തിൽ ഉപയോഗിക്കാനും സാധിക്കുന്നതാണ്.

നെയ്യ് പാനം ചെയ്യാൻ യോഗ്യന്മാർ

രൂക്ഷപ്രകൃതിക്കാർ, ഉരക്ഷതം, വിഷം, ബുദ്ധിമാന്ദ്യം, ഓർമ്മക്കുറവ് ഇവയുള്ളവർ, പിത്തരോഗികൾ, വാതരോഗികൾ ഇവർ നെയ്യ് സേവിക്കാൻ യോഗ്യരാണ്.

തൈലം കൊണ്ടുള്ള സ്നേഹപാനത്തിന് അർഹന്മാർ

എണ്ണ ഉള്ളിൽ ഉപയോഗിച്ച് ശീലമുള്ളവർ, വാതവ്യാധി ആഴത്തിൽ ഉള്ളവർ, ഉദരത്തിൽ കൃമി ഉള്ളവർ, കഫരോഗികൾ, ശരീരത്തിന് ഉറപ്പ് ആഗ്രഹിക്കുന്നവർക്കും എള്ളെണ്ണയും എള്ളെണ്ണ തന്നെ പല വിധ ഔഷധങ്ങളിട്ടു സംസ്കരിച്ചും പാനത്തിനായി ഉപയോഗിക്കാം. വാഗ്ഭടന്റെ അഭിപ്രായത്തിൽ ഗ്രന്ഥി, നാളീവ്രണം എന്നീ രോഗങ്ങളിലും ശരീരത്തിന് ലഘു

---

* സ്നേഹസാരോ അയം പുരുഷഃ പ്രാണശ്ച സ്നേഹഭൂയിഷ്ഠാഃ
സ്നേഹസാദ്ധ്യാശ്ച ഭവന്തി/ സ്നേഹോ ഹി പാനാനുവാസന-
മസ്തിഷ്ക ശിരോവസ്തി ഉത്തരവസ്തി നസ്യ കർണ്ണ പൂരണ-
ഗാത്രാഭ്യംഗ ഭോജനേഷൂപയോജ്യഃ|| (സു. ചി. 31/1-2)

* രൂക്ഷക്ഷത വിഷാർത്താനാം വാതപിത്ത വികാരിണാ|
ഹീനമേധാ സ്മൃതി നാം ച സർപ്പിഷ്പാനം പ്രശസ്യതേ||
(ശാർങ്ഗധരം/ സ്നേഹഹാനവിധി)

* തത്ര ധീസമൃതി മേദാഗ്നി കാംക്ഷിണാം ശസ്യതേ ഘൃതം
(അ ഹൃ സൂ 16)

ത്വവും ദൃഢതയും വേണ്ടുന്നവർക്കും ക്രൂരകോഷ്ഠന്മാർക്കും തൈലം സ്നേഹപാനത്തിന് ഉപയോഗിക്കാം. വാഗ്ഭടനും കൃമി വാതവ്യാധി– കഫ രോഗങ്ങൾ ഇവയ്ക്കെല്ലാം തൈലം തന്നെയാണ് ശുപാർശ ചെയ്യുന്നത്.

വസാ മജ്ജകൾ സേവിക്കാൻ അർഹരായവർ

അധികമായി കായികാദ്ധ്വാനം ചെയ്ത് ശോഷിച്ചിരിക്കുന്നവരും ക്ഷീണിച്ചിരിക്കുന്നവരും എന്നാൽ, അഗ്നിബലമുള്ളവരും ക്ലേശങ്ങൾ സഹിക്കാൻ കെല്പുള്ളവരും വാതം അധികമായി കോപിച്ച് സ്രോതസ്സുകൾ തടസ്സപ്പെട്ടവരും സന്ധിവേദന, സന്ധിശിഥിലത, അസ്ഥിവേദന, മർമ്മ വേദന, യോനിക്ക് അതിഭോഗവും മറ്റും കൊണ്ടുള്ള വേദന ഉള്ളവരും കർണ്ണശിരോവേദന ഉള്ളവരും വസാമജ്ജകൾ കൊണ്ട് സ്നേഹപാനം നടത്താം. വസാമജ്ജകൾ കൊണ്ടുള്ള സ്നേഹപാനം ചുരുക്കമായേ നടത്താറുള്ളൂ.

കാലാനുസൃതമായിട്ടാണെങ്കിൽ ഉഷ്ണകാലത്ത് ഘൃതം കൊണ്ടും തണുപ്പുകാലത്ത് തൈലം കൊണ്ടും വസന്തകാലത്ത് വസമജ്ജകൊണ്ടും സ്നേഹപാനം ചെയ്യാൻ നിർദ്ദേശിക്കുന്നു.

സ്നേഹപാനത്തിന് അർഹന്മാർ

ഘൃതം കൊണ്ടും തൈലം കൊണ്ടും വസ-മജ്ജ കൊണ്ടും പാനം ചെയ്യേണ്ടവർ ആരൊക്കെയാണെന്ന് മുകളിൽ വിവരിച്ചു. അവരെല്ലാം സ്നേഹപാനത്തിന് യോഗ്യന്മാരാണ്. സ്വേദകർമ്മവും ശോധന കർമ്മവും ചെയ്യേണ്ടവർ, രൂക്ഷപ്രകൃതിക്കാർ, വാത-പിത്ത പ്രകൃതിക്കാരും വാത-പിത്തരോഗങ്ങൾ ഉള്ളവരും, വ്യായാമശീലമുള്ളവരും മദ്യപാനികൾ, സ്ത്രീ സേവയിൽ ഏർപ്പെട്ടിരിക്കുന്നവർ, ക്ഷീണിച്ചിരിക്കുന്നവർ, ചിന്തകന്മാർ, അധിക വാർദ്ധക്യത്തിൽ എത്താത്ത വൃദ്ധന്മാർ, ശിശുപ്രായം കഴിഞ്ഞ ബാലന്മാർ, കൃശന്മാർ, ഇവർക്കെല്ലാം സ്നേഹപാനം പറഞ്ഞിട്ടുണ്ട്.

---

* ഗ്രന്ഥി നാഡികൃമി ശ്ലേഷ്മ മേദോമാരുത രോഗിഷു|
തൈലം ലാഘവദാർഢ്യാർഥി ക്രൂരകോഷ്ഠേഷു ദേഹിഷു||
(അ.ഹൃ.16)

* വാതാതപാധ്വഭാരസ്ത്രീ വ്യായാവ ക്ഷീണ ധാതുഷു|
രൂക്ഷക്ലേശാക്ഷമ അത്യഗ്നി വാതാവൃതപഥേഷു ചി|
ശേഷൗ വസാതു സന്ധി അസ്ഥി മർമ്മ കോഷ്ഠരുജാസുച|
വിധ്ദ ദഗ്ദാഹത ഭൃഷ്ടയോനി കർണ്ണ ശിരോരുജി||
(അ. ഹൃ. 16)

* തൈലം പ്രാവൃഷി വർഷാന്തേ സർപ്പി: അന്യ. തു മാധവേ|
ഋതൗ സാധാരണോ, സ്നേഹഃ ശസ്തേ അഹ്നി വിമലേ രവൗ||
(അ. ഹൃ.16)

സ്നേഹപാനം പാടില്ലാത്താവർ

അതിസ്ഥൂലന്മാർ, അതിമേദസ്സുള്ളവർ, പ്രമേഹരോഗികൾ, കഫോത്ക്ലേശം ഉള്ളവർ (വായിൽ കൂടിയും മൂക്കിൽ കൂടിയും കഫവും ലാലാസ്രാവവും സദാ ഉണ്ടായിക്കൊണ്ടിരിക്കുന്നവർ) വളരെ അഗ്നിമാന്ദ്യമുള്ളവർ, സന്നിരോഗമുള്ളവർ, ഗർഭിണികൾ, അധികം വെള്ളദ്ദാഹമുള്ളവർ, ഛർദ്ദി രോഗമുള്ളവർ, സ്നേഹദ്രവ്യങ്ങളോട് അലർജി ഉള്ളവർ, അജീർണ്ണമുള്ളവർ, നവജ്വരരോഗികൾ, ജോലി ചെയ്ത് ക്ഷീണിച്ചിരിക്കുന്നവർ, ഉദരരോഗികൾ (മഹോദരം, അതിസാരം, ആമാതിസാരം, രക്താതിസാരം തുടങ്ങി രോഗമുള്ളവർ) ഊരുസ്തംഭ രോഗികൾ ഇവരാരും സ്നേഹപാനം ചെയ്യാൻ പാടുള്ളതല്ല.

സ്നേഹപാനത്തിന്റെ മാത്ര:

ഹ്രസ്വമാത്ര, മദ്ധ്യമമാത്ര, ഉത്തമമാത്ര ഇങ്ങനെ മൂന്നു വിധമാണ് സ്നേഹപാനമാത്രകൾ. ആറ് മണിക്കൂർകൊണ്ട് ദഹിക്കുന്ന സ്നേഹമാത്രമാണ് ഹ്രസ്വമാത്ര, 12 മണിക്കൂർകൊണ്ട് ദഹിക്കുന്ന മാത്ര മദ്ധ്യമ മാത്ര. 24 മണിക്കൂർ കൊണ്ട് ദഹിക്കുന്ന സ്നേഹം ഉത്തമമാത്ര. ഇതിൽ ഹ്രസ്വമാത്ര ബലം കുറഞ്ഞവരിലും ചെറിയ ശരീര പ്രകൃതിക്കാരിലും ബാലന്മാരിലും വൃദ്ധന്മാരിലുമാണ് നല്കുന്നത്. മദ്ധ്യമമാത്ര മദ്ധ്യബലമുള്ളവരിലും യുവാക്കളിലും മദ്ധ്യവയസ്കരിലും നല്കുന്നു. ഉത്തമമാത്ര വളരെ ശക്തി ഉള്ളവരിലും അതികായന്മാരിലും ഏറെ അഗ്നിബലമുള്ളവരിലും നല്കുന്നു. സർവ്വ സാധാരണമായി മദ്ധ്യമമാത്രയിലുള്ള സ്നേഹപാനമാണ് പഞ്ചകർമ്മത്തിന് മുൻപ് അനുവദിച്ചുവരുന്നത്. അതിനാൽ, മദ്ധ്യമ മാത്ര സ്നേഹപാനം ഇവിടെ വിശദീകരിക്കുന്നു. ചരകാചാര്യൻ രോഗങ്ങൾക്കായി സ്നേഹപാനമാത്ര വിവരിക്കുന്നുണ്ട്. ശുശ്രുതാചാര്യൻ

---

* സ്വേദ്വസംശോദ്ധ്യമദ്യസ്തിവ്യായാമാസക്ത ചിന്തകാ|
വൃദ്ധബാലാബലകൃശാ രൂക്ഷാഃ ക്ഷീണാസ്യരേതസ||
വാതാർത്തസ്യന്ത തിമിര ദാരുണ പ്രതിബോധിന:
സ്നേഹ്വാ.... (അ. ഹൃ. സൂ. 16/5, 6)

* ന തു അതിമന്ദാഗ്നി തീക്ഷ്ണാഗ്നി സ്ഥൂലദുർബലാഃ
ഉരുസ്തംഭാതി സാരാമഗളരോഗഗരോദരൈ:|
മൂർച്ഛാച്ഛർദ്ദി അരുചി ശ്ലേഷ്മ തൃഷ്ണാ മദ്യശ്ച പീഡിതാ:
അപപ്രസൂതാ യുക്തേ ച നസ്യേ വസ്തൗവിരേചന
(അ.ഹൃ.സു. 16/6-7)

* ദ്വാഭ്യാം ചതുർഭി: അഷ്ടഭി: യാമൈ: ജീര്യന്തിയാ:ക്രമാത്||
ഹ്രസ്വമദ്ധ്യോത്തമാ മാത്രസ്തസ്താഭ്യശ്ച ഹ്രസിയസിം
കൽപയേത് വീക്ഷ്യ ദോഷാദിൻ പ്രാഗേവ തു ഹ്രസിയസിം
(അ.ഹൃസൂ. 16/17, 18)

* ഹൃസ്തനേ ജീർണ്ണ ഏവാന്നേ സ്നേഹോ അച്ഛ: ശുദ്ധയേ ബഹു:|

* ശമന: ക്ഷുദ്വതോ അനന്നോ മദ്ധ്യമാത്രശ്ച ശസ്യതേ||
(അ. ഹൃ. സു. 16/19)

ആകെ ഹ്രസ്വം, മദ്ധ്യമം, ഉത്തമം ഇതിൽനിന്നും വ്യത്യസ്തമായ സ്നേഹ പാനമാത്ര പറയുന്നുണ്ട്.

ഘൃതസേവയുടെ രീതി

ഒന്നാം ദിവസം	60 മില്ലി
രണ്ടാം ദിവസം	120 മില്ലി
മൂന്നാം ദിവസം	180 മില്ലി
നാലാം ദിവസം	210 മില്ലി
അഞ്ചാം ദിവസം	270 മില്ലി
ആറാം ദിവസം	330 മില്ലി
ഏഴാം ദിവസം	360 മില്ലി

ഇവിടെ ആദ്യത്തെ മൂന്നു ദിവസം 60 മില്ലി വീതം കൂട്ടികൂട്ടി കൊണ്ടു വരുന്നു. നാലാം ദിവസം 30 മില്ലി ഹൃസ്വീയമാത്ര മാത്രമാണ് കൂട്ടുന്നത്. മറ്റുള്ള ദിവസങ്ങളിൽ വീണ്ടും 60 മില്ലി വീതം കൂട്ടിക്കൂട്ടി കൊണ്ടു വരുന്നു. മുകളിൽ പറഞ്ഞ സ്നേഹപാനത്തിൽനിന്ന് ഭിന്നമാണ് ഉത്തമമാത്ര. ഇതിൽ ഒന്ന് രണ്ട് മൂന്ന് ദിവസങ്ങളിൽ 60 മില്ലി കൂട്ടിയിട്ട് നാലാം ദിവസം 3-ാം ദിവസം കൊടുക്കുന്നതിന്റെ ഇരട്ടിയാക്കുന്നു. 5-ാം ദിവസം വീണ്ടും ഇരട്ടിയാക്കുന്നു. 6-ാം ദിവസം വിശ്രമവും പഥ്യാഹാരവും. അന്ന് സ്നേഹ സേവ ഇല്ല. മറ്റുള്ള ദിവസങ്ങളിൽ അഞ്ചാം ദിവസത്തെ സ്നേഹപാനം അതേ അളവിൽ തുടരുന്നു. താഴെപ്പറയുന്ന ഉത്തമമാത്രയ്ക്കുള്ള ചാർട്ട് നോക്കുക

1-ാം ദിവസം	60 മില്ലി
2-ാം ദിവസം	120 മില്ലി
3-ാം ദിവസം	180 മില്ലി
4-ാം ദിവസം	360 മില്ലി
5-ാം ദിവസം	720 മില്ലി
6-ാം ദിവസം	(സ്നേപാനമില്ല വിശ്രമം, പത്ഥ്യാഹാരം)
7-ാം ദിവസം	720 മില്ലി

(പഞ്ചകർമ്മ ചികിത്സാ സംഗ്രഹം, ഡോ. കെ രാജഗോപാലൻ-കട പ്പാട്)

നെയ്യ് സേവ തുടങ്ങുന്നതിനു മുൻപുള്ള ദിവസം എളുപ്പം ദഹിക്കുന്ന ഭക്ഷണം വേണം കഴിക്കാൻ. പൈത്തിക പ്രകൃതിക്കാരിലും പൈത്തിക വികാരങ്ങളിലുമാണ് നെയ്യ് സ്നേഹപാനത്തിനായി ഉപയോഗിക്കുന്നത്. പിത്താനുബന്ധമായ വാതവികാരങ്ങളിലും പിത്താനുബന്ധമായ കഫ

* ബൃംഹണോ രസമദ്യദ്യൈ: സഭക്തോ അൽപ: ഹിതഃസ ച|
ബാലവൃദ്ധ പിപാസാർത്ത സ്നേഹദ്വിൺമദ്യശീലിഷു||
സ്ത്രീസ്നേഹനിത്യമനുഗ്നി സുഖിത ക്ലേശഭീരുഷു||
മൃദുകോഷ്ഠാൽപദോഷേഷു കാലേ ചോഷ്ണേ കൃശേഷു ച||
(അ.ഹൃ.സു. 16/20-21)

വികാരങ്ങളിലും ഔഷധങ്ങളിട്ടു സംസ്കരിച്ചുണ്ടാക്കിയ നെയ്യ് പാനം ചെയ്യാം. ഈ ഔഷധയുക്തമായ ഘൃതപാനം സ്നേഹനത്തോടൊപ്പം ശക്തമായൊരു ചികിത്സാക്രമം കൂടിയാണ്. ഏത് നെയ്യ് ഏത് രോഗാവസ്ഥയിൽ പാനത്തിനായി ഉപയോഗിക്കാമെന്ന് താഴെ പറയുന്ന ചാർട്ട് വ്യക്തമാക്കുന്നു.

സ്വസ്ഥൻ, വേനൽക്കാലം	- ശുദ്ധമായ പശുവിൻ നെയ്യ്
സന്ധിവാതം	- ഗുഗ്ഗുലുതിക്തത ഘൃതം
കാസ-ശ്വാസം	- വാശാഘൃതം, കണ്ടകാരിഘൃതം
രക്തപിത്തം	- ദുർവ്വാഘൃതം
ഗുൻമം	- ലശുനാദിഘൃതം, സുകുമാരഘൃതം
പുരാണജ്വരം, ശോഷം	- ഇന്ദുകാന്തഘൃതം
ഹലീമകം	- പിപ്പല്യാദിഘൃതം (സഹസ്രയോഗം)
വിളർച്ച	- ഡാഡിമാദിഘൃതം
അമ്ലപിത്തം	- ഗുഡുച്യാദിഘൃതം
പരിണാമശൂല	- ദശ രസഘൃതം, ധാത്യാദിഘൃതം
അന്നദ്രവശൂല	” ”
നേത്രരോഗങ്ങൾ	- പടോലാദിഘൃതം ത്രിഫലാഘൃതം/ത്രൈഫലഘൃതം ജീവന്ത്യാദിഘൃതം
അർശസ്സ്	- സുകുമാര ഘൃതം
അപസ്മാരം,കൃശത	- സാരസ്വത ഘൃതം
മൂത്രകൃച്ഛ്റം	- ശതാവര്യാദി ഘൃതം (ശതാവരി, ഞെരിഞ്ഞിൽ തുടങ്ങിയവ)
കുഷ്ഠം (ചർമ്മരോഗങ്ങൾ)	തിക്തകഘൃതം, മഹാതിക്തക ഘൃതം
സ്മൃതി നാശം	- ബ്രഹ്മീഘൃതം
വാതരക്തം	- അമൃത ഘൃതം
ഗുദഭ്രംശം	- ഹ്രീബേരാദി ഘൃതം

* യാ മാത്രാ പരിജീര്യേത ചതുർഭാഗഗത് അഹനി|
സാമാത്ര ദിപയതി അഗ്നി അൽപദോഷേ ച പൂജിതാ||
യാമാത്രാ പരിജീര്യേത തഥാർധം ദിവസേ ഗതേ|
സാവൃഷ്യാ ബൃംഹണി ചൈവ മദ്ധ്യദോഷേ ച പൂജിതോ||
യാ മാത്രാ പരിജിര്യേന്ത ചതുർപാദാവശേഷിതേ|
സ്നേഹനീയാ ച സാ മാത്രാ ബഹുദോഷേ ച പൂജിതാ||
യാ മാത്രാ പരിജീര്യേത തു തഥാ പരിണതേ അഹാനി|
ഗ്ലാനി മൂർച്ഛാ മദാൻ ഹിത്വാ സാ മാത്രാ പൂജിതാ ഭവേത്||
അഹോരാത്രാത് സന്തുഷ്ടാം യാമാത്രാ പരിജീര്യതി|
സാ തു കുഷ്ഠം വിഷോന്മാദ ഗ്രഹ അപസ്മാര നാശിനീ||
(സു. ചി 31/31-35)

പ്രധാന തൈലങ്ങൾ ഏതെല്ലാം രോഗങ്ങളിൽ സ്നേഹപാനത്തിന് പഥ്യമാണ്

ആരോഗ്യമുള്ള വാതപ്രകൃതി	മൂർഛിതം ചെയ്ത ശുദ്ധമായ എള്ളെണ്ണ
കേവലവാതം	- മഹാനാരായണ തൈലം പ്രഭഞ്ജനവിവർദ്ദന തൈലം
വാതരക്തം/ചുട്ടു നീറ്റൽ, വേദന	- ബലാഗുളൂച്യാദി
കാസം, ശ്വാസം	- ഭൃംഗാളകാദി
കാസം, ശ്വാസം, വാതവ്യാധി	- ബലാതൈലം
പക്ഷവധം	- മാഷാദിതൈലം
അർദ്ദിതം, അർദ്ധാവഭേദകം	- വിഷ്ണുതൈലം
വാതവ്യാധി	- ക്ഷീരബല

സദ്യോസ്നേഹം (സദ്യസ്നേഹം)

ചില വ്യക്തികൾക്ക് വിധിപ്രകാരം ഏഴു ദിവസംവരെ സ്നേഹപാനം ചെയ്യാനുള്ള സാവകാശം ലഭിച്ചെന്നു വരില്ല. അങ്ങനെ ഉള്ളവരെ ഒറ്റ സ്നേഹപാനം കൊണ്ടു സ്നിഗ്ദ്ധനാക്കിയിട്ട് സ്വേദകർമ്മം ചെയ്യും. ഇങ്ങനെ ഒറ്റ സ്നേഹപാനംകൊണ്ട് ഉടനടി സ്നിഗ്ദ്ധത വരുത്തുന്ന സ്നേഹപാനത്തിനെയാണ് സദ്യസ്നേഹം എന്നു പറയുന്നത്. ബാലവൃദ്ധന്മാരിലും സദ്യസ്നേഹനം നല്കി സ്നിഗ്ദ്ധത വരുത്താവുന്നതാണ്.

പലതരത്തിലുള്ള സദ്യസ്നേഹന കൂട്ടുകൾ ഉണ്ട്. തിലം(എള്ള്), അരി, ശർക്കര, നെയ്യ്, ഉപ്പ് ഇവ ചേർന്നുള്ള കഞ്ഞി കുടിച്ചാൽ ഉടൻ സ്നിഗ്ദ്ധത ഉണ്ടാകും. ഇവിടെ നെയ്യ് അധികം ചേർക്കണം. തൈലം, ഘൃതം, വസ, മജ്ജ, അരി ഇവ സമം ചേർത്ത് കഞ്ഞി ഉണ്ടാക്കി അതുകുടിച്ചാലും സദ്യസ്നേഹം ഉണ്ടാകും. സദ്യസ്നേഹങ്ങൾക്ക് ഔഷധങ്ങൾ ചേർത്തുണ്ടാക്കുന്ന ഘൃത തൈലങ്ങൾക്കുള്ള ശ്രേഷ്ഠത ഇല്ല. അതിനാൽ മറ്റ് നിർവ്വാഹമില്ലെങ്കിൽ മാത്രമേ സദ്യസ്നേഹത്തെ ആശ്രയിക്കാവൂ.

സ്നേഹപാനസമയത്ത് ശ്രദ്ധിക്കേണ്ട കാര്യങ്ങൾ

ഓരോ ദിവസവും സ്നേഹപാനം ചെയ്യുന്നത് രാവിലെ ശൗചകർമ്മങ്ങളും കുളിയും കഴിഞ്ഞതിനുശേഷം ആയിരിക്കണം. കുളി ചൂടുവെള്ളത്തിൽത്തന്നെ ആകണം. വെറും വയറ്റിൽ വേണം നെയ്യ് സേവിക്കാൻ.

---

* ബാല്യവൃദ്ധാദിഷു സ്നേഹപരിഹാരാസഹിഷ്ണുഷു|
യോഗനിമാനനുദ്വേഗാൻ സദ്യ: സ്നേഹാൻ പ്രയോജയേത്|
(അ. ഹൃ. 16/39)

* പ്രാജ്യമാംസരസാസ്തേഷു പേയാ വാ സ്നേഹഭർജിതാ||
തിലചൂർണ്ണശ്ച സസ്നേഹഫാണിതഃ കൃശരാ തഥാ|
ക്ഷീരപേയാ ഘൃതാഢ്യോഷ്ണാ ദധ്നോ വാ സഗുഡഃസരഃ||

അതിനു ശേഷം ഇടയ്ക്കിടയ്ക്ക് ചെറിയ ചൂടോടുകൂടി ചുക്കുവെള്ളം കുടിച്ചുകൊണ്ടിരിക്കണം. സ്നേഹപാനം ചെയ്യുന്ന ദിവസങ്ങളിൽ മറ്റ് ചികിത്സകളൊന്നും ചെയ്യണമെന്നില്ല. ആദ്യ ദിവസം കഴിച്ച നെയ്യ് ദഹിച്ചതിനുശേഷം നല്ല വിശപ്പ് വന്നെന്നു കണ്ടാൽ മാത്രം വളരെവേഗം ദഹിക്കുന്ന ഭക്ഷണം കഴിക്കണം. കഞ്ഞിയും ചെറുപയറുകറിയുമാണ് എളുപ്പം ദഹിക്കുന്നതും സമ്പൂർണ്ണ പോഷകമൂല്യമുള്ളതുമായ ആഹാരം. അടുത്ത ദിവസം മാത്രകൂട്ടി ചാർട്ടിൽ വിധിച്ചതുപോലെ പാനം ചെയ്യണം. ഈ വിധം 7 ദിവസം വരെ സ്നേഹപാനം ചെയ്യാം. ഏഴു ദിവസത്തിനു മുൻപു തന്നെ സമ്യക്സ്നിഗ്ദ്ധലക്ഷണം കണ്ടാൽ അന്നുതന്നെ സ്നേഹപാനം മതിയാക്കാം. (സമ്യക്സനിഗ്ദ്ധലക്ഷണം താഴെ വിവരിക്കുന്നു) സ്നേഹപാനദിവസങ്ങളിൽ ലൈംഗിക വേഴ്ചയിൽ ഏർപ്പെടാൻ പാടില്ല. എല്ലാവിധ ശാരീരികാദ്ധ്വാനങ്ങളും ഒഴിവാക്കണം. കാറ്റു കൊള്ളുക, വെയിലുകൊള്ളുക, സിനിമാ ഹാളിൽ ഇരുന്ന് സിനിമ കാണുക. അധികംദുഃഖിക്കുക ഇവയും ഒഴിവാക്കണം.

സമ്യക് സ്നിഗ്ദ്ധലക്ഷണം

വാതത്തിന് അനുലോമത, അഗ്നിദീപ്തി ഉണ്ടാകുക (നല്ല വിശപ്പ് അനുഭവപ്പെടുക), മലം അയഞ്ഞു പോകുക, ശരീരത്തിൽ നഖം കൊണ്ട് വരച്ചാൽ വെളുത്ത പാട് വീഴാതിരിക്കുക, ശരീരത്തിൽ കഴിച്ച സ്നേഹദ്രവ്യത്തിന്റെ ഗന്ധം ഉണ്ടാകുക, ശരീരത്തിന് അയവും ക്ഷീണവും അനുഭവപ്പെടുക. സ്നേഹത്തിനോട് വെറുപ്പ്, മലത്തിനു മുൻപോ പിൻപോ ഗുദത്തിൽ നിന്ന് തുള്ളിയായി സ്നേഹം പോകുക ഇതെല്ലാം സമ്യക്സ്നിഗ്ദ്ധ ലക്ഷണങ്ങളാണ്.

പേയാ ച പഞ്ചപ്രസൃതാ സ്നേഹൈഃ തണ്ഡുലപഞ്ചതമൈ|
സപ്നൈതേ സ്നേഹനാഃ സദ്യഃ സ്നേഹാശ്ച ലവണോൽബണാഃ||
തത് ഹി അഭിഷ്യന്ദി അരൂക്ഷം ച സൂഷ്മം ഉഷ്ണം
(ശ്വഃ വ്യവായി ച)||

* ഭോജ്യോ അന്നം മാത്രയാ പാസ്യൻ പിബൻ പിത വാനപി|
ദ്രവോഷ്ണമനഭിഷ്യന്തി നാതിസ്നിഗ്ദ്ധമസങ്കരം||
ഉഷ്ണോദകോപചാരി സ്വാത് ബ്രഹ്മചാരി ക്ഷപാശയഃ (അ. സു. 16/40-42)|
ന വേഗരോദ്ധി വ്യായാമക്രോധശോകഹിമാതപാൻ||
പ്രവാതയാനയാനാധ്വ ഭാഷ്യാത്യാസന സംസ്ഥിതി|
നീചോത്യുച്ഛോപധാനാഹാഃ സ്വപ്നധൂമരജാംസി ച||
യാന്യാഹാനി പിബേതാനി താവന്ത്യന്യാന്യപി ത്യജേത്|
(അ.ഹൃ.സൂ. 16/25-27)

* വാതാനുലോമ്യം ദീപ്തോ അഗ്നിഃ വർചഃസ്നിഗ്ദ്ധമസംഹതം||
സ്നേഹോദ്വഗഃക്ലമഃസമ്യക് സ്നിഗ്ധേ...(അ.ഹൃ.സൂ 16/30-31)

* വാതാനുലോമ്യം ദീപ്തോ അഗ്നിഃ വർചം സ്നിഗ്ദ്ധമസംഹതം
മാർദ്ദവം സ്നിഗ്ദ്ധതാ ചാംഗേ സ്നിഗ്ദ്ധനാമുപജായതേ (ച.സു.13/58)

അതിയോഗ ലക്ഷണം

അതിയായ മലവിസർജ്ജനം, വായിലൂടെ ലാലാസ്രാവം, ഗുദത്തിൽ ചുട്ടുനീറ്റൽ, ഭക്ഷണത്തോട് വിരക്തി ഇവയാണ് സ്നേഹത്തിന്റെ അതിയോഗ ലക്ഷണങ്ങൾ

അതിസ്നിഗ്ദ്ധതയിൽ ചെയ്യേണ്ട ചികിത്സ

ചാമ, വരക്, ഇവകൊണ്ടുള്ള ആഹാരങ്ങൾ, ലഘുവായ ആഹാരങ്ങൾ, സ്നേഹദ്രവ്യങ്ങൾ ചേർക്കാതെ ഭക്ഷിക്കുക ഇവയെല്ലാം അതിസ്നിഗ്ദ്ധതയ്ക്ക് പ്രതിവിധികളാണ്.

ബാഹ്യസ്നേഹം

എണ്ണ തേച്ച് അഭ്യംഗം ചെയ്യുകയാണ് ബാഹ്യസ്നേഹം. ഉഴിച്ചിൽ, പിഴിച്ചിൽ, ധാര ഇവയെല്ലാം ബാഹ്യസ്നേഹത്തിന്റെ വിവിധ രൂപങ്ങളാണ്. കൂടാതെ തടവെച്ച് നടുവിനും (കടീവസ്തി) തലയിലും (ശിരോവസ്തി)കണ്ണിനും (നേത്രവസ്തി) എണ്ണ, നെയ്യ് ഇവ നിർത്തുന്നതും ബാഹ്യസ്നേഹത്തിൽ ഉൾപ്പെടുന്നു. ഏതു ബാഹ്യസ്നേഹം ആരംഭിക്കുന്നതിനു മുൻപും തല, കണ്ണ്, പാദം എന്നീ ശരീരഭാഗങ്ങളിൽ എണ്ണ തേക്കണം. കാരണം ഈ സ്ഥലങ്ങളിൽ വായുവിന്റെ കർഷണം കൂടുതൽ ഉള്ളതിനാൽ രൂക്ഷതയും പാരുഷ്യവും കൂടുതൽ അനുഭവപ്പെടാൻ സാദ്ധ്യത ഉള്ളതിനാൽ ഈ ഭാഗങ്ങളിലെ തൈലപ്രയോഗം സ്നിഗ്ദ്ധതയും ബലവും പ്രദാനം ചെയ്യാൻ സഹായകമാകുന്നു.

ശിരോഭ്യംഗം (തലയിൽ എണ്ണതേക്കൽ)

തലയിൽ എണ്ണ തേച്ചതിനു ശേഷം വേണം ശരീരാഭ്യംഗം തുടങ്ങാൻ. തലയ്ക്ക് എന്തെങ്കിലും അസുഖങ്ങൾ ഉണ്ടെങ്കിൽ അതിനനുസരിച്ച് പാകപ്പെടുത്തിയ എണ്ണ തേയ്ക്കുമ്പോൾ അതൊരു ചികിത്സാ പദ്ധതി കൂടി ആയിത്തീരും. ഉറക്കക്കുറവുള്ളവരാണെങ്കിൽ ചന്ദനാദിതൈലം, ക്ഷീരബല, ബലാതൈലം, വചാതൈലം ഇവയിൽ ഏതെങ്കിലുമൊന്ന് ശിരോഭ്യംഗത്തിനായി ഉപയോഗിക്കുന്നത് നല്ലതാണ്. ബലാതൈലം, ശുദ്ധബലാതൈലം, ചെറിയ ബലാതൈലം, നാരായണ തൈലം, മഹാനാരാ

---

* പാണ്ഡുതാ ഗൗരവം ജാഡ്യം പുരീഷസ്യാവി പാകത|
തന്ദ്രിരരുചിരുത്ക്ലേശ: സ്യാത് അതിസ്നിഗ്ദ്ധ ലക്ഷണം (ച. സൂ. 13/59)||

* അതിസ്നിഗ്ദ്ധേ തു പാണ്ഡുത്വം ഘ്രാണവക്ത്ര ഗുദ സ്രവാ:||
(അ. ഹൃ. 16/31)

* ക്ഷുത്തൃഷ്ണ ഉല്ലേഖന സ്വേദ രൂക്ഷപാനാന്നഭേഷജം||
തക്രാരിഷ്ട ഖളോദ്ദാള യവ ശമ്യാക കോദ്രവാ:|
പിപ്പലി ത്രിഫലാക്ഷൗദ്ര പഥ്യാ ഗോമൂത്ര ഗുഗ്ഗുലു||
യഥാസ്വം പ്രതിരോഗം ച സ്നേഹവ്യാപദി സാധനം| (അ.ഹൃ.സൂ. 16/33, 34)

യണതൈലം, വാതശനീതൈലം, മാഷതൈലം, മഹാമാഷതൈലം, മഹാപ്രസാരണീതൈലം, കാർപ്പാസാസ്ഥ്യാദി തൈലം, സഹചരാദി തൈലം ഇവയെല്ലാം വാതം, അർദ്ദിതം, അപബാഹുകം, പക്ഷാഘാതം തുടങ്ങി അനേക തരത്തിലുള്ള വാതവ്യാധികളിൽ തലയിൽ തേയ്ക്കാൻ ഉത്തമമാണ്.

ജീമൂതഭൃംഗാദി, അങ്കോലാദി, ഏലാദി എണ്ണ, ദുർവ്വാദി, ധത്തൂരാദി, നീലിനിശാദി, മഞ്ജിഷ്ഠാദി തുടങ്ങിയ എണ്ണകൾ തലയിൽ തേക്കുന്നത് തലയിൽ ചൊറിച്ചിൽ, ചാരണം, ഇവ മാറിക്കിട്ടാൻ സഹായകമാണ്. നേത്രരോഗങ്ങൾ ഉള്ളവനും കാഴ്ചശക്തിക്ക് കുറവുള്ളവനും, ത്രിഫലാദി ദുർവ്വാദി, അസനവില്വാദി, കയ്യോന്നാദി, തുംഗദ്രുമാദി ഇവയിൽ ഏതെങ്കിലും ഒരുതൈലം തലയിൽ പൊത്തണം. ഭ്രമം, തലയ്ക്ക് ചൂട്, കണ്ണിന് ചുവപ്പ്, വാതരക്ത വികാരങ്ങൾ ഇവ ഉള്ളവർ അമൃതാദി, ഗുളൂച്യാദി ത്രിമിശ്രകം ഇവയിൽ ഏതെങ്കിലും ഒരു തൈലം തലയിൽ തേയ്ക്കണം തലയിൽ തേക്കുന്ന തൈലം തന്നെ ചെവിയിലും ചെവിക്കു ചുറ്റും തേയ്ക്കാം. എന്നാൽ ചെവിയിൽ പഴുപ്പോ മറ്റോ ഉണ്ടെങ്കിൽ തേകരാജാദി, നിർഗ്ഗുണ്ഡീരജന്യാദി, വചാലശുനാദി ഇവയിൽ ഏതെങ്കിലും ഒരു തൈലം തേയ്ക്കുന്നതാണ് നല്ലത്.

ശിരോവസ്തി

അനിദ്ര, ശിരസ്സിന് സ്തംഭനം, മരവിപ്പ്, ശിരസ്സിൽ മുറിവുകൾ, അസഹ്യമായ തലവേദന, ശിരസ്സിന് ക്ഷതം എന്നീ അവസ്ഥകളിൽ ശിരോവസ്തി എന്ന ബാഹ്യസ്നേഹചികിത്സ പ്രയോഗിക്കുന്നു.

ശിരോവസ്തിക്ക് തെരഞ്ഞെടുക്കുന്ന രോഗിയുടെ തലമുണ്ഡനം ചെയ്യണം. അതിനുശേഷം ചെവിക്കും പുരികത്തിനും മുകളിലായി ഏതാണ്ട് 2 1/2 ഇഞ്ച് വീതിയിൽ ഒരു കോട്ടൺ തുണികൊണ്ടുള്ള വട്ടി തലയ്ക്ക് ചുറ്റോടു ചുറ്റും ഒട്ടിക്കണം. അതിനു മുകളിലായി തോലുകൊണ്ട് ഏതാണ്ട് 10 ഇഞ്ച് ഉയരത്തിൽ പുരികത്തിനും ചെവിക്കും മുകളിലായി ചുറ്റോടു ചുറ്റും ഒരു തൊപ്പി പോലെ ഒട്ടിക്കണം. തലയ്ക്കും തൊപ്പിക്കും ഇടയിലുള്ള വിടവ് ഉഴുന്നുപൊടി കുഴച്ചതുകൊണ്ട് ഒട്ടിച്ച് അകറ്റണം. ഈ

---

* അഭ്യംഗമാചരേത് നിത്യം, സ ജരാശ്രമ വാതഹാ|
ദൃഷ്ടിപ്രസാദ പുഷ്ടി ആയു: സ്വപ്ന സുത്വക്ത്വമാർഢ്യകൃത്||
ശിര: ശ്രവണ പാദേഷും തം വിശേഷേണ ശിലയേത്
വർജ്ജയേത് അഭ്യംഗം കഫഗ്രസ്ത കൃതസംശുദ്ധി: അജീർണ്ണിഭി
(അ. ഹൃ. സു. 2/8, 9)

* തത്രാഭ്യംഗ: പ്രയോക്തവ്യോ രൗക്ഷ്യ കണ്ഡൂമലാദിഷു
(അ. ഹൃ. സൂ. 22/25)

* .... വസ്തിസ്തു പ്രസുപ്തി അർദ്ദിത ജാഗരേ||
നാസാസ്യശോഷേ തിമിരേ ശിരോരോഗേ ച ദാരുണേ||
(അ.ഹൃ.സൂ. 22/26)

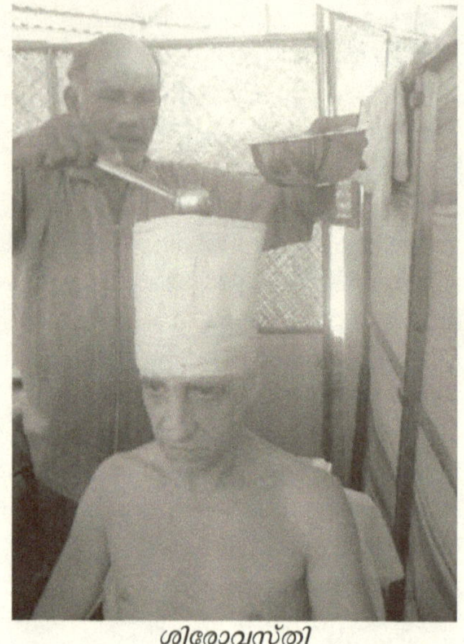
ശിരോവസ്തി

തൊപ്പിക്കുള്ളിൽ നിർത്തുന്ന എണ്ണ ഒരു തരത്തിലും വെളിയിൽ ഒലിച്ചിറങ്ങാൻ പാടില്ല. ഈ തൊപ്പിക്കുള്ളിൽ തലമുകളിലായി ഒഴിക്കുന്ന തൈലം ചെറിയ ചൂടോടുകൂടി ആയിരിക്കണം. തലയുടെ ഉച്ചിയിൽ നിന്ന് ഏതാണ്ട് ഒരിഞ്ച് ഉയരത്തിൽ എണ്ണ നില്ക്കണം. എണ്ണയുടെ ചൂടുകുറയുമ്പോൾ എണ്ണ മാറ്റിയിട്ട് അല്പം ചൂടാക്കിയിട്ട് എണ്ണ വീണ്ടും ഒഴിച്ചു നിർത്തണം. ഏതാണ്ട് ഒരു മണിക്കൂർ വരെ ഇളം ചൂടോടുകൂടിയ എണ്ണ തലയിൽ നിർത്തണം. അതിനു ശേഷം തുടച്ചുമാറ്റണം.

ഏഴു ദിവസം വരെയാണ് ശിരോവസ്തി ചെയ്യേണ്ടത്. ഉദ്ദിഷ്ട ഫലം ലഭിച്ചാൽ മൂന്നു ദിവസം മൂന്നുദിവസം ചെയ്തിട്ടോ അഞ്ച് ദിവസം ചെയ്തിട്ടോ ശിരോവസ്തി നിർത്താവുന്നതാണ്. എന്നാൽ, ഏഴു ദിവസം കൊണ്ടും ഉദ്ദേശിച്ച ഫലം കിട്ടിയില്ലെങ്കിൽ തൽക്കാലം നിർത്തിയിട്ട് കുറെ ദിവസങ്ങൾക്കുശേഷം വീണ്ടും തുടങ്ങാം.

വാതവ്യാധി, തലവേദന, മുടികൊഴിച്ചിൽ അകാല നര ഇവയ്ക്കെല്ലാം അവയ്ക്കനുസരിച്ച തൈലംകൊണ്ട് ശിരോവസ്തി ചെയ്യാവുന്നതാണ്. ശിരോ അഭ്യംഗം, ശിരോധാര/ശിരോസേകം, ശിരോപിച്ചു, ശിരോവസ്തി ഇവയെല്ലാം കൂടിച്ചേർത്ത് 'മൂർദ്ധതൈലം' എന്നു പറയുന്നു. ഇവയെല്ലാം ബാഹ്യസ്നേഹന ഉപായങ്ങളാണ്.

---

* വിധിസ്തസ്യ നിഷണ്ണസ്യ പീഠേ ജാനുസമേ മൃദൗ||
ശുദ്ധാക്ത സ്വിന്നദേഹസ്യ ദിനാന്തേ ഘവ്യമാഹിഷം|
ദ്വാദശാംഗുല വിസ്തീർണ്ണം ചർമ്മപട്ടം ശിര: സമം||
ആകർണ്ണബന്ധനസ്ഥാനം ലലാടേ വസ്ത്രവേഷ്ടിതേ|
ചേലവേണികയാ ബദ്ധ്വാ മാഷകൽകേന ലേപയേത്||
(അ. ഹൃ 22/27-29)

* തതോ യഥാവ്യാധി ശൃതം സ്നേഹം കോഷ്ണം നിഷേചയേത്|
ഊർദ്ധ്വം കേശഭുവോ യാവത് അംഗുലും ധാരയേത്ചതം||
ആവക്ത്ര നാസികാക്ലേദാത് ദശാഷ്ടൗ ഷട് ചലാഭിഷു|
മാത്രാസഹസ്രാണി അരുജേ തു ഏകം, സ്കന്ധാദി മർദ്ദയേത്||
മുക്ത സ്നേഹസ്വ പരമം സപ്താഹം തസ്യം സേവനം|
(അ.ഹൃ.സൂ. 22/30-31)

ശിരോധാര

ശിരോധാര ചെയ്യുമ്പോൾ ആദ്യമായി ചെയ്യേണ്ടത് നീളത്തിൽ മൂന്നിഞ്ചു വീതിയിൽ തുണി എടുത്ത് അതിനുള്ളിൽ നീളത്തിൽ അല്പം പഞ്ഞിവെച്ച് ഒരു വിരലിന്റെ കനത്തിൽ ഉരുട്ടി എടുത്ത് ചെവിക്കും പുരികത്തിനും തൊട്ടു മുകളിലായി വെച്ച് കെട്ടുക. അതിനുശേഷം രോഗിയെ മലർത്തിക്കിടത്തുക. ഈ കെട്ടിന്റെ തൊട്ടുമുകളിലായി നെറ്റിയുടെ മദ്ധ്യത്തിൽ എണ്ണ വീഴത്തക്കരീതിയിൽ രണ്ടടിമുകളിൽ വരത്തക്ക വിധം നടുക്ക് ദ്വാരമുള്ള ഒരു ഓട്ടുപാത്രമോ മൺപാത്രമോ (രണ്ട് ലിറ്റർ കൊള്ളുന്നത്) കെട്ടിത്തൂക്കുക. ആ പാത്രത്തിനുള്ളിൽ മൂന്ന് ചെറിയ പാർശ്വ ദ്വാരങ്ങളും

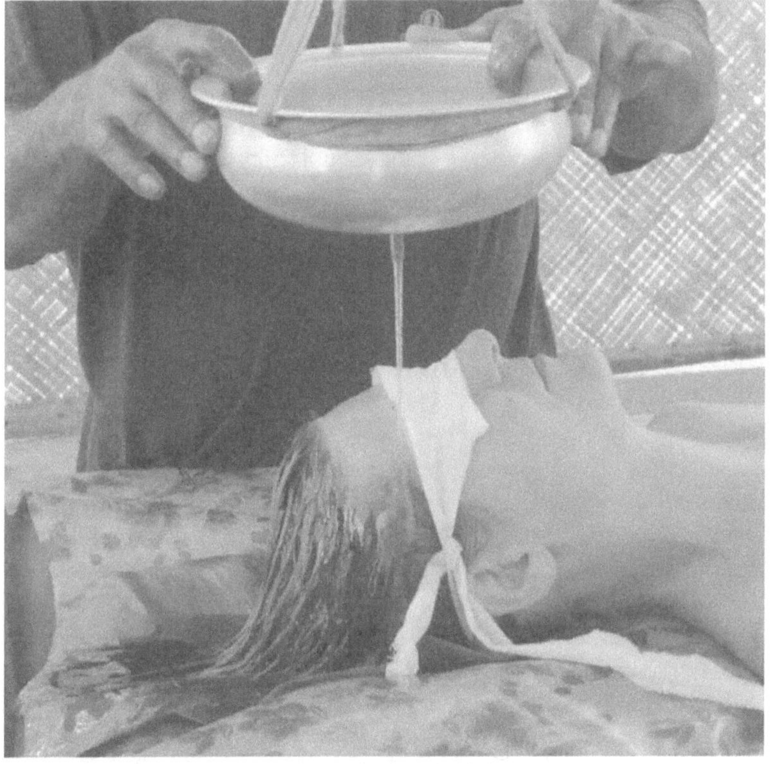

ശിരോധാര

നമുക്ക് ഒരു തിരി ഇറക്കാൻ പാകത്തിൽ ഒരു വലിയ ദ്വാരമുള്ള ഒരുചിരട്ട അകത്തുകൂടിയും പാത്രത്തിന്റെ ദ്വാരത്തിലൂടെയും ഒരുതിരി കെട്ടിയിട്ട് ചിരട്ട കമഴ്ത്തി പാത്രത്തിനുള്ളിൽ വെക്കുക. അതിനു ശേഷം ഏതാണ്ട്

* അരൂംഷികാ ശിരസ്തോദ ദാഹപാക വ്രണേഷു തു||
പാരിഷേക:.....(അ.ഹൃ. സു. 22/25)|

രണ്ടു ലിറ്റർ രോഗിയുടെ ആവശ്യാനുസരണം കാച്ചി എടുത്ത് എണ്ണ അല്പം ചെറു ചൂടോടുകൂടി ഒഴിക്കുക. ആ എണ്ണ നെറ്റിയുടെ മദ്ധ്യത്തിൽ തിരിയിലൂടെ ക്രമത്തിൽ വീഴുമ്പോൾ എണ്ണ നെറ്റിയുടെ ഇരു ചെന്നിയിലും തട്ടി വീഴാൻ പാത്രം അല്പം ഇരു പാർശ്വങ്ങളിലേക്കും ചലിപ്പിക്കുക. ഒരിക്കലും കണ്ണിൽ എണ്ണ വീഴാൻ അനുവദിക്കരുത്. നെറ്റിയിൽ വീഴുന്ന എണ്ണ തലയിലൂടെ ഒഴുകി ദ്രോണിയിൽ വീഴുമ്പോൾ ദ്രാണിയുടെ ദ്വാര ത്തിലൂടെ മറ്റൊരു പാത്രത്തിൽ ശേഖരിക്കുക. ഇങ്ങനെ ശേഖരിക്കുന്ന എണ്ണ വീണ്ടും അല്പം ചൂടാക്കി പാത്രത്തിൽ ഒഴിച്ചുകൊണ്ടിരിക്കുക. ഇത് കുറഞ്ഞത് 45 മിനിട്ട് തുടരണം. ഈ ധാര തുടർന്ന് 7 ദിവസം മുതൽ 14 ദിവസം വരെ തുടരാം. 3 ദിവസം കഴിയുമ്പോൾ ഉപയോഗിച്ച എണ്ണ മാറ്റി പുതിയ എണ്ണ ഉപയോഗിക്കണം.

നല്ല ഉറക്കം, തലവേദന, ഇല്ലാതാക്കുക, ഉന്മേഷം, ശരീരശക്തി, ലൈംഗികശക്തി, അഗ്നിബലം, ആഹാരത്തിന് കൂടുതൽ സ്വാദ് ഇവ ഉണ്ടാകും. സാധാരണയായി എണ്ണയും നെയ്യുമാണ് ധാരയ്ക്ക് ഉപയോ ഗിക്കുന്നത്. ഇതിൽ ധന്വന്തരം ക്ഷീരബല ബലാതൈലം കാർപാസാ സ്ഥ്യാദി ഇവ വാതരോഗങ്ങളിലും ത്രിഫലാതൈലം നേത്രരോഗങ്ങളിലും ചന്ദനാദിതൈലം അനിദ്രയിലും ഹിതമാണ്. വാതപിത്ത വികാരങ്ങളിൽ മഞ്ചിഷ്ടാദി, ലാക്ഷാദി, ബലാധാത്രാദി, ബലാഗുളൂച്യാദി തുടങ്ങിയ തൈലങ്ങളും ഉപയോഗിക്കാം

കടീശൂലവും പഞ്ചകർമ്മ ചികിത്സയും

നട്ടെല്ലുണ്ടായിരിക്കുന്നത് 33 കശേരുക്കൾ എന്നറിയപ്പെടുന്ന ചെറിയ എല്ലുകൾ കൂടിച്ചേർന്നാണ്. ഈ 33 എല്ലുകളുടെ അകത്തുകൂടിയാണ് തലച്ചോറിൽ നിന്ന് ഉത്ഭവിക്കുന്ന സുശുപ്ത കാണ്ഡം (Spinal cord) പോകുന്നത്. ഈ 33 ചെറിയ അസ്ഥികളിൽ 7 എണ്ണം കഴുത്തിലുള്ളതും 12 എണ്ണം ഉരസിലുള്ളതും 5 എണ്ണം നാഭിക്കും അരക്കെട്ടിനും പുറവശ ത്തിലുള്ളതും 9 ചെറിയ അസ്ഥികൾ അരക്കെട്ടു തൊട്ട് ഗുദത്തിനറെ പുറം വശം വരെ ഉള്ളതുമാണ്. ഈ 33 അസ്ഥികൾക്കും ഇടയിൽ തരു ണാസ്ഥികളുമ്ട്. ഈ തരുണആസ്ഥികളാണ് ഈ 33 കശേരുക്കളെ പര സ്പരം കൂട്ടിമുട്ടിക്കാതെ കുഷ്യൻ പോലെ പ്രവർത്തിക്കുന്നത്. 33 കശേരു ക്കളുടെയും പാർശ്വങ്ങളിൽ ഓരോ ഛിദ്രങ്ങളുണ്ട്. ഈ ഛിദ്രങ്ങളി ലൂടെയാണ് കശേരുക്കളുടെ അകത്തു കൂടി പോകുന്ന സുഷുമ്നാ കാണ്ഡ ത്തിന്റെ (Spinal Cord ന്റെ) ശാഖകൾ ശരീരത്തിലേക്ക് വിന്യസിച്ച് ശരീ രത്തിന്റെ സർവ്വചേഷ്ടകൾക്കും; സ്പർശജ്ഞാനത്തിനും പ്രചോദനമാകു ന്നത്.

ഇതിൽ അരക്കെട്ടിനോടു ചേർന്നുള്ള Lumbar-Sacrum ത്തിന് ഇട യിലുള്ള 4 ഉം 5 ഉം കശേരുക്കൾക്കിടയിലുള്ള വൃത്തഫലകങ്ങൾക്ക് ദൗർബ്ബല്യം വന്ന് പുറത്തോട്ടു തള്ളുമ്പോൾ ആ ഭാഗത്തു നിന്ന് കീഴോട്ടു പോകുന്ന Spinal nerve ന് ഞെരുക്കവും സമ്മർദ്ദവും അനുഭവപ്പെടു

മ്പോൾ ശക്തമായ നടുവേദന കീഴോട്ട് ആ നാഡികൾ പോകുന്ന തുടയ്ക്കും കാലിനും തരിപ്പ് ഇവ അനുഭവപ്പെടുന്നു. നട്ടെല്ലിന്റെ Lumbar-Sacrum ഭാഗം കൂടുതൽ ചലനസ്വഭാവമുള്ളതുകൊണ്ടാണ് നമുക്ക് ഇരിക്കാനും കുനിയാനും വളയാനുമെല്ലാം സാധിക്കുന്നത്. അധികം കുനിയുകയും നിവരുകയും വളയുകയും തിരിയുകയം ചെയ്യുന്നത് കൊണ്ട് Lumbar Sacrum ഭാഗത്തെ കശേരുക്കൾക്കും Ligament കൾക്കും ഡിസ്കിനും തേയ്മാനം കൂടുതൽ സംഭവിക്കുക കാരണമാണ് അവിടത്തെ Disc തേയുന്നതും ലിഗമെന്റ് നശിക്കുന്നതും ശക്തമായ നീരും വേദനയും ആ ഭാഗത്തുണ്ടാകുന്നു ആയുർവ്വേദം നല്കുന്ന കിഴിയും കടിവസ്തിയും മാത്രമാണ് ആ ഭാഗത്തുണ്ടാകുന്ന നീരിനെ മാറ്റാനും ഒരു പരിധിവരെ ആപ്രദേശത്തെ ബലഹീനതയെ ഇല്ലാതാക്കാനും സഹായകമാകുന്നത്. ഇവിടെ സർവ്വ സാധാരണമായി ചെയ്യുന്ന കടിവസ്ഥി എങ്ങനെയെന്ന് താഴെ വിവരിക്കുന്നു.

കടി വസ്തി

ഏതാണ്ട് അരക്കിലോ ഉഴുന്ന് പൊടിച്ച പൊടി നല്ലതുപോലെ കുഴച്ച് നട്ടെല്ലിലെ വേദനയുള്ള ഭാഗത്ത് (Lumbar Sacrum Region)ൽ ഒരു തിരികെ പോലെ ആക്കി ശരീരത്തോടു ചേർത്ത് വൃത്താകൃതിയിലെ ദീർഘവൃത്താകൃതിയിലോ വെച്ചിട്ട് ശരീരത്തിനു താങ്ങാവുന്ന രീതിയിൽ, തിരഞ്ഞടുത്ത എണ്ണ ചൂടാക്കി ഒഴിക്കുക ഏതാണ്ട് 200 മി. ലി. എണ്ണയോളം ഈ തിരികയുടെ മദ്ധ്യത്തിൽ ഒഴിച്ചു നിർത്താവുന്നതാണ്. ഈ എണ്ണയുടെ ചൂട് കുറഞ്ഞെന്നു കാണുമ്പോൾ ആ എണ്ണ ഊറ്റിഎടുത്തിട്ട് പകരം ചൂടാക്കിയ എണ്ണ ഒഴുക്കികുക ഈ വിധം അരമണിക്കൂറോളം എണ്ണ ചൂടാക്കി മാറി മാറി ഒഴിക്കണം. അരമണിക്കൂർ വരെ ചെയ്തിട്ട് എണ്ണ മുഴുവൻ ഊറ്റി എടുത്തിട്ട് അന്നത്തെ കടി വസ്തി നിർത്താം. ഈ കടിവസ്തി പ്രയോഗം തുടർന്ന് ഏഴു ദിവസമോ പത്തുദിവസമോ തുടരുകയും അതിനുശേഷം എല്ലാ ദിവസവും 20 മിനിട്ടു വരെ ഇലക്കിഴി ഇടുകയും ചെയ്താൽ വേദനയും തീരും 9% കേസുകളിലും പൂർണ്ണമായും കുറഞ്ഞു കാണുന്നതായിട്ടാണ് കണ്ടുവരുന്നതും. ഇലക്കിഴി എങ്ങനെ ഉണ്ടാക്കി കിഴി ഇടണമെന്ന് സ്നേഹസ്വേദകർമ്മങ്ങളിൽ വിവരിച്ചിട്ടുള്ളതായി കാണാം.

---

* പ്രകാശക്ഷമതാ സ്വാസ്ഥ്യം വിശദം ലഘു ലോചനം
തൃപ്തേ, വിപര്യയയോ അതൃപ്തേ അതിതൃപ്തേ ശ്ലേഷ്മജാ രുജ
(അ.ഹൃ.സൂ. 24/11)

* "പത്രമൃദ്ഭ്യാ പിധായപാക: പുടപാക:" (അ. ഹൃ. സൂ. 24/12 വാസുദേവീയം/)

* സ്നേഹപീതാ തനുരിവ ക്ലാന്താ ദൃഷ്ടിർഹി സീദതി
തർപ്പണാനന്തരം തസ്മാത് ദൃഗ്ബലാധാനകാരിണം
പുടപാകം പ്രയുഞ്ജീത പൂർവ്വോക്തേഷു ഏവ യക്ഷ്മസു (അ. ഹൃ. സൂ. 24/12)

* "സവാതേ സ്നേഹ: ശ്ലേഷ്മസഹിതേ ലേഖനോഹിത:
ദൃഗ്ദൗർബല്യേനിലേ പിത്തേ രക്തേ സ്വസ്ഥേ പ്രസാദന:"
(അ. ഹൃ.സൂ.24/13)

അഭ്യംഗം

തൈലാഭ്യംഗം കൊണ്ടാണ് ബാഹ്യ സ്നേഹം സംഭാവ്യമാക്കുന്നത്. രോഗിയുടെ രണ്ടു വശത്തും ഓരോ ആൾ നിന്ന് മൃദുവായി ചൂടാക്കിയ തൈലം കൊണ്ട് തടവുകയും തിരുമ്മുകയും ഇടിക്കുകയും ചെയ്തിട്ടാണ് ഈ കർമ്മം നിർവ്വഹിക്കുന്നത്. പഞ്ചകർമ്മത്തിനു മുൻപായി ബാഹ്യ സ്നിഗ്ദ്ധതയ്ക്കുവേണ്ടിയുള്ള അഭ്യംഗം എതാണ്ട് 30 മിനിട്ട് മുതൽ 45 മിനിട്ടു വരെ തുടർന്ന് ചെയ്യും.

വ്യത്യസ്ത രോഗങ്ങൾക്കും വ്യത്യസ്ത പ്രകൃതിക്കും പ്രത്യേകം തിരഞ്ഞെടുത്ത തൈലങ്ങൾ അഭ്യംഗത്തിനായി ഉപയോഗിക്കണം.

രോഗങ്ങൾ/പ്രകൃതികൾ	തൈലങ്ങൾ
കേവലവാതം	അശ്വഗന്ധം തൈലം, ദേവദാരു-ബലാദി തൈലം, ബലാതൈലം, ക്ഷീരബല പ്രഭഞ്ജനവിമർദ്ദന തൈലം, നാരായണതൈലം, മഹാനാരായണ തൈലം, കൊട്ടം ചുക്കാദി
അർദ്ദിതം	പ്രസാരണി തൈലം, മഹാരാജ പ്രസാരണീതൈലം
അപബാഹുകം	കുപ്പാസാസ്ഥാദി തൈലം, മാഷാദി
പക്ഷാഘാതം	തൈലം, മഹാമാഷാദി തൈലം
ഊരുസ്തംഭം	അഷ്ടകഗ്വരതൈലം (കടുകെണ്ണയിൽ തിപ്പലിവേരും തൈരും ചേർത്തുണ്ടാക്കുന്ന തൈലം)
വാതരക്തം	പിണ്ഡതൈലം, ധന്വന്തര തൈലം ഗുളൂച്യാദിതൈലം, ബലാഗുളൂച്യാദി തൈലം, ത്രിമിശ്രകതൈലം
സന്ധിവാതം	ധന്വന്തരതൈലം
കുഷ്ഠം	മഹാതൃണകതൈലം പിണ്ഡതൈലം, ദിനേശവല്യാദി തൈലം
അപസ്മാരം	പല കഷാദ്യം തൈലം, ലാക്ഷാദി, ചന്ദനാദി
ശ്വാസകാസങ്ങൾ	ഭൃംഗാളർക്കാദി തൈലം ശ്വാസാരി തൈലം
ക്ഷതം, ക്ഷയം, ഒടിവ്	പഞ്ചസ്നേഹതൈലം (ദശമൂലം,

* വർജ്ജോ/ഭൃങ്ഗ: കഫ ഗ്രസ്ത കൃതഡംശുദ്ധ്യ/ജീർണ്ണിദി (അ. ഹൃ. സു. 2/9

** അഭ്യംഗമാചരേന്നിത്യം സ: ജരാശ്രമ വാതഹാ
ദൃഷ്ടിപ്രസാദ പൃഷ്ട്യാ യുസ്സ്വപ്ന സുക്ത്വദാർഢ്യകൃത് (അ. സൂ. 2-9)

ചതവ് മെലിച്ചിൽ	കുറുന്തോട്ടി, ഉഴുന്ന്, പരുത്തിക്കുരു, തുടങ്ങിയ ഔഷധങ്ങൾ നെയ്യ്, എള്ളെണ്ണ, ആവണക്കെണ്ണ, വെളിച്ചെണ്ണ ഇവയും ചേർത്തുണ്ടാക്കുന്ന തൈലം.) മുറിവെണ്ണ, ലാക്ഷാദി തൈലം, ചന്ദനാദി തൈലം
അപചി	വചാദി തൈലം
സോറിയാസിസ്	വെൺ കുടങ്ങലിന്റെ ഇല, വേപ്പിൻ പട്ട, കണിക്കൊന്ന പട്ട, ഇവ ഇട്ട് സംസ്കരിച്ച എണ്ണ

അഭ്യംഗം നിഷേധിച്ചവർ

കഫം അധികമായി വർദ്ധിച്ചിട്ടുള്ളവർ ശോധന കർമ്മങ്ങൾക്കായി ഔഷധസേവ നടത്തിയിരിക്കുന്നവർ, വയറുനിറയെ ആഹാരം കഴിച്ചിരിക്കുന്നവരും അഭ്യംഗം ചെയ്യാൻ പാടില്ല.

അഭ്യംഗം കൊണ്ടുള്ള ഗുണങ്ങൾ

അഭ്യംഗമെന്നത് എണ്ണ തേക്കലാണ്. എണ്ണ നിത്യവും ശീലിക്കാം. ഇതുകൊണ്ട് വാർദ്ധക്യവും ക്ഷീണവും വാതവും ശമിക്കുന്നു. കാഴ്ച ശക്തി വർദ്ധിക്കുന്നു. ദേഹപുഷ്ടി, തൊലിക്കുമാർദ്ദവം, ശരീരത്തിന് ഉറപ്പ് ഇവയുണ്ടാക്കുന്നു. നിദ്ര ജനിക്കാനും അഭ്യംഗവും അതിനെത്തുടർന്നുള്ള സ്നാനവും ഹിതകരമാണ്. പഞ്ചകർമ്മവുമായിചേർന്നുള്ള അഭ്യംഗത്തിനുശേഷം ചൂടുവെള്ളത്തിൽ കുളിക്കണം. രണ്ടും രാവിലെ നിർവ്വഹിക്കണം.

3

സ്വേദകർമ്മം (വിയർപ്പിക്കൽ)
Sudation

സ്നേഹകർമ്മത്തിനുശേഷം ചെയ്യുന്നതും പഞ്ചകർമ്മങ്ങൾക്ക് മുന്നോടിയായും ചെയ്യുന്ന മറ്റൊരു പൂർവ്വകർമ്മമാണ് സ്വേദനം. പഞ്ച കർമ്മങ്ങളുടെ ഒരു പൂർവ്വ കർമ്മം അല്ലാതെ തന്നെ പനി, ജലദോഷം ശരീരസ്തംഭനം, ശരീരത്തിനുണ്ടാകുന്ന കഴപ്പ്, തരിപ്പ്, ശിരസ്സിലെ കഫ ക്കെട്ട് തുടങ്ങിയ രോഗാവസ്ഥകളിലും സ്വേദനം ഒരു സ്വതന്ത്ര ചികിത്സ യായി നടത്തിപ്പോരുന്നു.

സ്വേദകർമ്മങ്ങൾക്ക് യോഗ്യരായിട്ടുള്ളവർ

സ്നേഹകർമ്മങ്ങൾ ചെയ്തവർ, പഞ്ചകർമ്മം ചെയ്യേണ്ടവർ, പ്ലീഹാ

---

* സ്തംഭഗൗരവ ശീതഘ്നം സ്വേദനം സ്വേദകാരകം||
(ച. സ. സൂ. 22/11)

* സ്വേദസാധ്യാ പ്രശാമ്യന്തി ഗദാ വാതകഫാത്മകാ:||
സ്നേഹപൂർവ്വം പ്രയുക്തേന സ്വേദേനാവജിതേ അനിലേ
പുരിഷമൂത്രരേതാംസി ന സജ്ജന്തി കഥംചന||
(ച. സൂ. 214/3)

* ശ്വാസകാസ പ്രതിശ്യായ ഹിധ്മാധ്മാന-
വിബന്ധിഷു|
സ്വരഭേദാനിലവ്യാധിശ്ലേഷ്മാമസ്തംഭഗൗരവേ||
അംഗമർദ്ദകടിപാർശ്വ പൃഷ്ഠ കുക്ഷി ഹനുഗ്രഹേ|
മഹത്വേ മുഷ്കയോ: ഖല്യാം ആയമേ വാതകണ്ടകേ
മൂത്രകൃച്ഛ്ര അർബ്ബുദ ഗ്രന്ഥി ശുക്രാഘാതാഢ്യ
മാരുതേ|
സ്വേദം യഥായഥം കുര്യാത് തദൗഷധവിഭാഗത:
(അ ഹൃ സൂ 17/25-27)

രോഗം, ഭഗന്ദരം, അർശസ്സ്, അശ്മരി, കാസം, ശ്വാസം, പീനസം, കഫവാതരോഗങ്ങൾ, വാതരോഗങ്ങൾ, മൂക്കടപ്പ്, ഇക്കിൾ അധിക ശരീരഭാരമുള്ളവർ, തലവേദന, അർദ്ദിതം, ഗൃധ്രസി, ശരീരവേദന, തരിപ്പ്, കോച്ചൽ, സ്തംഭനം ഇവയിലെല്ലാം സ്വേദകർമ്മം ചെയ്യാം.

സ്വേദകർമ്മം ചെയ്യാൻ പാടില്ലാത്തവർ

വൃദ്ധന്മാർ, ശിശുക്കൾ, ഗർഭിണികൾ, പ്രമേഹ രോഗികൾ, അതിസ്ഥൂലന്മാർ, ഉരക്ഷതമുള്ളവർ, വിസർപ്പം, മഹോദരം എന്നീ രോഗമുള്ളവർ, മദ്യം കുടിച്ചിരിക്കുന്നവർ, കുഷ്ഠരോഗികൾ, മഞ്ഞപ്പിത്തം ബാധിച്ചവർ, രക്തവാർച്ച ഉള്ളവർ, പാലുല്പ്പന്നങ്ങൾ വയറുനിറയെ കഴിച്ചിരിക്കുന്നവർ, കുപിതർ, ദുഃഖിതർ, വിഷം ഉള്ളിൽ ചെന്നവർ, വിഷ ജന്തുക്കളുടെ കടി കൊണ്ടിരിക്കുന്നവർ, ആർത്തവമുള്ളവർ, ഗുദഭ്രംശമുള്ളവർ, രക്ത-പിത്ത രോഗികൾ തുടങ്ങിയവരെ വിയർപ്പിക്കാൻ പാടുള്ളതല്ല.

സ്വേദകർമ്മ ഭേദങ്ങൾ

സ്വേദം ആഗ്നേയമെന്നും (അഗ്നികൃതം) അനാഗ്നേയമെന്നും (അനഗ്നികൃതം) പ്രധാനമായും രണ്ടായി തിരിക്കാം. സ്ഥാനിക സ്വേദം, സർവ്വാംഗസ്വേദം എന്നിങ്ങനെ സ്വേദത്തെ വീണ്ടും രണ്ടായി തിരിക്കാം. ശരീരത്തിന്റെ ഏതെങ്കിലും ഒരു ഭാഗത്ത് വേദന, സ്തംഭനം, കോച്ചൽ തുടങ്ങിയവ ഉണ്ടാകുമ്പോൾ ചെയ്യുന്നതാണ് സ്ഥാനികസ്വേദം. സർവ്വാംഗസ്വേദം എന്നത് ശരീരമാകമാനം വിയർപ്പിക്കുന്നതാണ്. പഞ്ചകർമ്മത്തിന്റെ പൂർവ്വ കർമ്മമായുള്ള സ്വേദനക്രിയ സർവ്വാംഗസ്വേദമാണ്. ഇനി സർവ്വാംഗസ്വേദം തന്നെ താപസ്വേദം, ഊഷ്മസ്വേദം, ഉപനാഹ സ്വേദം, ദ്രവസ്വേദം, അവഗാഹസ്വേദം, പിണ്ഡസ്വേദം, നാളിസ്വേദം, കൂപസ്വേദം, പത്രപോടല സ്വേദം, പൊടിക്കിഴി, ധാന്യക്കിഴി, ഷാഷ്ടികാന്ന ലേപസ്വേദം (ഞവരക്കിഴി), പരിഷേക സ്വേദം, പ്രസ്തരസ്വേദം, ജന്താകസ്വേദം ഇങ്ങനെ പലതരത്തിലുണ്ട്. അഷ്ടാംഗ ഹൃദയത്തിൽ ചതുർവിധ ആഗ്നേയ സ്വേദങ്ങളും പത്ത് തരത്തിലുള്ള അനാഗ്നേയസ്വേദങ്ങളും പറയുന്നു. ചരക സംഹിതയിൽ പതിമൂന്ന് ആഗ്നേയ സ്വേദങ്ങളും പത്ത് അനാഗ്നേയ സ്വേദങ്ങളും പറയുന്നു.

* ന സ്വേദയേത് അതനിസ്ഥൂല രൂക്ഷദുർബ്ബല മൂർച്ഛിതാൻ||
സ്തംഭനിയക്ഷതക്ഷീണക്ഷാമ മദ്യവികാരിണഃ
തിമിരോദരവിസർപ്പ കുഷ്ഠശോഷാഢ്യരോഗിണഃ||
പിതദുഗ്ദ്ധദധിസ്നേഹമധൂൻ കൃതവിരേചനാൻ|
ഭ്രഷ്ടദഗ്ധഗുദഗ്ലാനി ക്രോധ ശോക ഭയാർദ്ദിതാൻ||
ക്ഷുത്തൃഷ്ണാ കാമലാ പാണ്ഡുമേഹിനഃ പിത്തപീഡിതാൻ|
ഗർഭിണിം പുഷ്പിതാം സൂതാം മൃദു ചാത്യായികേ ഗദേ||
(അ. ഹൃ. സൂ. 17/21-24)

സ്വേദകർമ്മം ചെയ്യേണ്ട സമയം

ബാഹ്യാഭ്യന്തര സ്നേഹകർമ്മം വിധിപ്രകാരം ചെയ്തതിന്റെ അടുത്ത ദിവസം ആയിരിക്കണം സ്വേദകർമ്മം ചെയ്യേണ്ടത്. സ്വേദകർമ്മം ചെയ്യുന്നതിന്റെ തൊട്ടുമുൻപിലും ശരീരത്തിൽ എണ്ണ തേക്കണം. രാവിലെ നിത്യകർമ്മങ്ങളെല്ലാം കഴിഞ്ഞിട്ട് ലഘുവായി ഭക്ഷണവും കഴിഞ്ഞിട്ട് എട്ടു മണിക്കും പത്തുമണിക്കും ഇടയ്ക്കായി സ്വേദകർമ്മം ആരംഭിക്കാം. വിരേചനത്തിനു മുൻപായി മൂന്നു ദിവസവും

1. ഞവരക്കിഴി (ഷാഷ്ടികാന്നലേപസ്വേദം)

വിധിപ്രകാരം കുറുന്തോട്ടി കഷായം വച്ച് ഊറ്റി എടുക്കുക. ആ കഷായത്തിനു സമം പാലും ചേർത്ത് ആ മിശ്രിതത്തിൽ ഞവര അരി വേവിച്ച് കുറുക്കി എടുത്ത് അത് എട്ട് കിഴിയാക്കി തുണിയിൽ കെട്ടി എടുക്കുക. ഓരോ കിഴിക്കും ഒരു പൊതിച്ച ഇടത്തരം തേങ്ങയുടെ വലിപ്പം ഉണ്ടാകണം. മറ്റൊരു പാത്രത്തിൽ (ഉരുളി) ഏതാണ്ട് രണ്ടു ലിറ്റർ കുറുന്തോട്ടി പാൽകഷായമെടുത്ത് അതിൽ ഈ കിഴികളിൽ നിന്ന് നാലു കിഴികൾ ഇട്ട് ഒരു സ്റ്റൗവിനു മുകളിൽ വെച്ച് ചെറിയ അഗ്നിയിൽ ചൂടാക്കിക്കൊണ്ടിരിക്കുക.

ദ്രോണിയിൽ രോഗിയെ സഹചരാദി തൈലമോ ധന്വന്തരം തൈലമോ മറ്റേതെങ്കിലും വാതഹരതൈലമോ തലയിലും ശരീരത്തിലും തേച്ചിട്ട് കിടത്തുക. രോഗിയുടെ ഇരു പാർശ്വങ്ങളിലും ഈ രണ്ട് പഞ്ചകർമ്മ ക്രിയാ വിദഗ്ദ്ധന്മാർ നിന്ന് ചൂടായിക്കൊണ്ടിരിക്കുന്ന ഓരോ കിഴി വാങ്ങിയിട്ട് ഇടത്തേ കൈവെള്ളയിൽ വച്ച് കിഴിയുടെ ചൂട് പരിശോധിച്ചതിനുശേഷം ക്രമത്തിലുള്ള ചൂടാണെങ്കിൽ കഴുത്തുമുതൽ പാദം വരെ അധികം ശക്തിയില്ലാതെ കിഴികളുടെ ചൂട് ആറുന്നതുവരെ തേയ്ച്ചുകൊണ്ടിരിക്കുക. അതേസമയം മറ്റേ നാലുകിഴികൾ പാൽ കഷായത്തിലിട്ട് ചൂടാക്കിക്കൊണ്ടും ഇരിക്കുക. കിഴി തണുക്കുമ്പോൾ ഈ കിഴികൾ കഷായത്തിലിട്ട് ചൂടായ കിഴികൾ എടുത്ത് തടവ് തുടരുക. ഈ ഞവരക്കിഴി തേച്ച് അരമണിക്കൂർ മുതൽ ഒരു മണിക്കൂർ വരെ രോഗിയുടെയും രോഗത്തിന്റെയും അവസ്ഥയ്ക്കനുസരിച്ച് തുടരാവുന്നതാണ്. കിഴി ഇട്ടു കഴിഞ്ഞാൽ പച്ച ഓലക്കാൽ കൊണ്ട് കിഴിയുടെ അവശിഷ്ടങ്ങൾ വടിച്ചു കളയണം. ഈ വിധമുള്ള കിഴി 7 ദിവസമോ 10 ദിവസമോ തുടർന്നു ചെയ്യാവുന്നതാണ്. ഓരോ ദിവസവും പുതിയ കഷായവും പുതിയ കിഴിയും ഉപയോഗിക്കണം.

---

* സ്വേദ:താപോപനാഹോഷ്മദ്രവ ഭേദാത്ചതുർവ്വിധ:|
(അ.ഹൃ.സൂ. 17/1)

* നിവാതം ഗൃഹമായാസോ ഗുരുപ്രാവരണം ഭയം||
ഉപനാഹാഹവ ക്രോധാ ഭൂരിപാനം ക്ഷുധാതപ:|
സ്വേദയന്തി ദശൈതാനി നരം അഗ്നിഗുണാദൃതേ||
(അ. ഹൃ. സു 17/28-29)

ഞവരക്കിഴി പാകം ചെയ്യൽ

കുറുന്തോട്ടി പാൽ കഷായത്തിൽ വെന്ത ഞവരത്തോട് അതേപടി തേച്ചു പിടിപ്പിക്കുന്നതിന് ഞവര തേപ്പ് എന്ന പേര്.

ഞവരക്കിഴിയുടെ ഗുണങ്ങൾ

പാൽ, കുറുന്തോട്ടി, ഞവര അരി ഇവയാണ് ഞവരക്കിഴിയിലെ ചേരുവകൾ. ഇവ വാതഹരം, വാതപിത്തഹരം, പൗഷ്ടികം എന്നീ ഗുണങ്ങളോടു കൂടിയതാണ്. ഈ ഞവരക്കിഴികൾ ചെറിയ ചൂടോടുകൂടിയും സുഖകരമായ മർദ്ദനത്തോടു കൂടിയ തടവലോടുകൂടിയും പ്രയോഗിക്കുമ്പോൾ സ്രോതസ്സുകൾ വികസിക്കുകയും മാംസപേശികളും സന്ധികളും അസ്ഥികളും കൂടുതൽ രക്തചംക്രമണത്തിനു വിധേയമാക്കുകയും ചെയ്യുമ്പോൾ, മരവിപ്പ്, കോച്ചൽ, ശോഷം, തരിപ്പ്, പെരുപ്പ്, സ്തംഭനം, പുകച്ചിൽ ഇവ മാറിക്കിട്ടുകയും ഒരു നവോന്മേഷം പകരുകയും ചെയ്യും. തളർവാതം, അർദ്ദിതം, സന്ധിവാതം, വാതരക്തം, പുകച്ചിൽ, ഏകാംഗവാതം, അധഃകായവാതം, അപബാഹുകം തുടങ്ങിയ രോഗങ്ങൾ മാറിക്കിട്ടുകയും അവയ്ക്ക് കാര്യമായ ശാന്തി ലഭിക്കുകയോ ചെയ്യും.

2. ഇലക്കിഴി (പത്ര പിണ്ഡസ്വേദം)

തൈലവും ഔഷധക്കൂട്ടുകളും മിശ്രിതമായി ചേർത്തുള്ള സ്വേദകർമ്മമായതിനാൽ ഇവയെ മിശ്രിത സ്നേഹമെന്നും മിശ്രിതസ്വേദമെന്നും പറയാം.

കിഴിയുടെ ചേരുവകൾ

പുളിയില, എരുക്കില, കരിനൊച്ചിയില, കടലാവണക്കില, വാതംകൊല്ലി ഇല, മുരിങ്ങയില, മുള്ളുമുരുക്കില ഇവയെല്ലാം ചെറുതായി കൊത്തി അരിഞ്ഞെടുക്കണം. അതിൽ ചെറുനാരങ്ങ ചെറുതായി അരിഞ്ഞത്, തേങ്ങാപ്പീര, ചതകുപ്പ ഇവയും ചേർത്ത് ഒരു ഇരുമ്പ് ചട്ടിയിൽ അല്പം ആവണക്കെണ്ണയും ചേർത്ത് ചെറിയ അഗ്നിയിൽ ചൂടാക്കി ഇളക്കി വാട്ടി എടുത്ത് ഏതാണ്ട് ഒരു ഇടത്തരം വലിപ്പമുള്ള പൊതിച്ച തേങ്ങയുടെ വലിപ്പത്തിലുള്ള രണ്ടു കിഴികളായി കെട്ടി എടുക്കുക.

കിഴി

ഒരു ഇരുമ്പു ചട്ടിയിലോ ചെറിയ ഉരുളിയിലോ മുറിവെണ്ണ+ ധാന്വന്തരം+ ആവണക്കെണ്ണ ഇവ കൂട്ടി എടുത്തോ ഓരോന്നായിട്ടെടുത്തോ ഒഴിച്ചിട്ട് അതിൽ കിഴികൾ ഇട്ട് ചെറുതായി ചൂടാക്കുക. രോഗിയെ മുകളിൽ പറഞ്ഞ ഏതെങ്കിലും എണ്ണയോ മറ്റേതെങ്കിലും വാതഹരങ്ങളായ എണ്ണയോ തേയ്ക്കുക. തലയിൽ രോഗി പരിചയിച്ച എണ്ണയോ സഹചരാദി എണ്ണയോ കണ്ണിലേക്ക് ഒഴുകാത്തവിധം തേച്ചിട്ട് ദ്രോണിയിൽ ഇരുത്തുക.

കിഴി ചൂടാക്കി ചൂടാക്കി രോഗിയെ ഇരുത്തിയും ചരിച്ചും മലർത്തിയും കിടത്തിയും ശരീരത്തിന്റെ എല്ലാ ഭാഗത്തും മാറി മാറി കിഴി ഇടുക. കൂടുതൽ വേദന, കോച്ച്, സ്തംഭനം, നീര് ഇവയുള്ള ഭാഗങ്ങളിൽ കൂടുതൽ കിഴി ഇടണം. തിരിച്ചും മറിച്ചും വീണ്ടും തിരിച്ചും മറിച്ചും കിഴി ഇടണം. ഏതാണ്ട് അരമണിക്കൂർ മുതൽ 1 മണിക്കൂർ വരെ ഒരു ദിവസം കിഴി ഇടണം. ഇങ്ങനെ 7 മുതൽ 14 ദിവസം വരെ തുടർന്ന് കിഴി ഇടണം. രോഗി വിയർക്കുന്നതോടൊപ്പം പല തരത്തിലുള്ള വേദന, നീര്, കോച്ചൽ, വാതവ്യാധികൾ, സ്തംഭനം ഇവ മാറിക്കിട്ടും.

3. നാളീസ്വേദം (നാഡീസ്വേദം)

അഞ്ചോ പത്തോ ലിറ്റർ വലിപ്പമുള്ള ഒരു പ്രഷർ കുക്കറിൽ വാതഹരങ്ങളായ ഔഷധങ്ങളും ഇലകളും ഇടിച്ചും ചതച്ചുമിട്ട് വെള്ളമൊഴിച്ച് അടച്ചുവെച്ച് ചെറിയ തീയിൽ വയ്ക്കുക. പ്രഷർകുക്കറിന്റെ weight വെക്കുന്ന സ്ഥലത്ത് ഒരു നീണ്ട ട്യൂബിന്റെ ഒരഗ്രം ഘടിപ്പിച്ച് മറ്റേ അറ്റം വിയർപ്പിക്കാനായി തയ്യാറാക്കിയ പെട്ടിയിലേക്ക് കടത്തിവെക്കുക. എണ്ണ തേച്ച് ഒരുക്കിയ രോഗിയെ പെട്ടിക്കുള്ളിൽ ഇരുത്തിയിട്ട് കതകടയ്ക്കുക. കതക് അടയ്ക്കുമ്പോൾ രോഗിയുടെ തലമാത്രം പെട്ടിക്കു വെളിയിൽ ഇരിക്കത്തക്കവിധം ആയിരിക്കണം. പെട്ടിയുടെ കതകും മുകൾഭാഗവും കഴുത്തിന് സമമായി അടച്ചാൽ നീരാവി വെളിയിൽ പോകാത്തവിധം വിടവുകൾ അടയ്ക്കണം. നീരാവി ഉള്ളിൽ കടന്നാൽ പിന്നെ ഇരുപതോ ഇരുപത്തഞ്ചോ മിനിട്ട് ഇരിക്കുമ്പോൾ രോഗി ശരിക്കു വിയർക്കുന്നു. നല്ലതുപോലെ വിയർത്താൽ രോഗിയെ ഉടൻ വെളിയിൽ ഇറക്കിയിട്ട് തോണിയിൽ നിവർന്നു കിടക്കാൻ അനുവദിക്കണം.

65 വയസ്സുകഴിഞ്ഞവർ, ആരോഗ്യമില്ലാത്തവർ, രക്തപിത്ത രോഗികൾ, ഹീമോഫീലിയ, മഞ്ഞപ്പിത്തം എന്നീ രോഗമുള്ളവർ ശിശുക്കൾ, ഗർഭിണികൾ, വിഷവികാരങ്ങൾ ഉള്ളവർ ഇവരെയാരെയും ഈ രീതിയിൽ വിയർപ്പിക്കാൻ പാടില്ല.

ചില പ്രത്യേക ശരീര ഭാഗങ്ങളിൽ വേദന, സ്തംഭനം, കോച്ചൽ, കഫക്കെട്ട് ഇവ ഉണ്ടെങ്കിൽ ആ ഭാഗത്തുമാത്രം എണ്ണ തേച്ചിട്ട് ട്യൂബിലൂടെ നീരാവി കടത്തി വിട്ട് ആ ഭാഗത്തു കൊള്ളിച്ചും വിയർപ്പിക്കാം. നസ്യത്തിന് മുൻപ് തലയിൽ എണ്ണ തേച്ചിട്ട് ഈ രീതിയിൽ വിയർപ്പിക്കാറുണ്ട്.

ആവിപ്പെട്ടി

4. അവഗാഹസ്വേദം (കഷായവെള്ളത്തിൽ ഇറങ്ങി ഇരുന്ന് വിയർപ്പിക്കുക)

രോഗാവസ്ഥയ്ക്കനുസരിച്ചുള്ള ഔഷധങ്ങൾ തെരഞ്ഞെടുത്ത് കഷായം വച്ച് ആ കഷായം ഊറ്റിയെടുത്ത് ചൂടോടുകൂടി ഒരു ബാത്ത് ഡബ്ബിൽ ഒഴിച്ച് അതിൽ രോഗിയെ അരമണിക്കൂറോ ഒരു മണിക്കൂറോ ഇറക്കി ഇരുത്തുക. കഷായം തണുക്കുന്നതിനനുസരിച്ച് കഷായം ഇതിൽ നിന്നുതന്നെ എടുത്ത് ചൂടാക്കി ഒഴിക്കണം. സാധാരണ കുടിക്കാൻ കഷായം ഉണ്ടാക്കുന്നത് ഔഷധത്തിന്റെ 16 ഇരട്ടി വെള്ളം ഒഴിച്ച് 1/8 ആയോ 1/4 ആയോ വറ്റിക്കുകയാണ്. എന്നാൽ, അവഗാഹസ്വേദത്തിന് പകുതിവെള്ളം വറ്റുന്നതുവരെ തിളപ്പിച്ചാൽ മതി. ഇവിടെയും രോഗിയെ കഷായത്തിൽ ഇറക്കി ഇരുത്തുന്നതിനു മുൻപ് തൈലാഭ്യംഗം നടത്തണം. ഈ അവഗാഹസ്വേദവും 7 ദിവസം വരെയോ 10 ദിവസം വരെയോ തുടർന്ന് നടത്താവുന്നതാണ്. വിയർക്കുന്നതോടുകൂടി കഷായത്തിലെ ഔഷധാംശം രോമകൂപങ്ങളിലൂടെ ആഗിരണംചെയ്ത് ചെറിയ രീതിയിൽ ചികിത്സയും നിർവ്വഹിക്കപ്പെടുന്നു.

5. ലേപന സ്വേദം

ലേപന സ്വേദം പലതരത്തിലുണ്ട്. ചെളി, മരുന്ന്, മാംസം ഇവ വെവ്വേറെ എടുത്ത് നല്ലതുപോലെ പൊടിച്ചരച്ച് ചെറുതായി ചൂടാക്കി. ശരീരത്തിൽ കട്ടിയായി തേച്ചുപിടിപ്പിച്ച് വിയർപ്പിക്കുന്നതാണ് ലേപനസ്വേദം. ഇത് സ്ഥാനികമായും സർവ്വാംഗമായും ചെയ്യും. സ്ഥാനികമായി അരച്ച് തേച്ച് തുണികൊണ്ട് കെട്ടിവച്ച് വിയർപ്പിക്കുന്നതിന് ഉപനാഹ സ്വേദം എന്നാണ് പേര്. നീരും വേദനയുമുള്ള ഭാഗത്ത് മുരിങ്ങയില, ചെന്നിനായകം, ഉപ്പ് ഇവ നല്ലതുപോലെ അരച്ച് അല്പം ചൂടാക്കി. കട്ടിയായി തേച്ച് പിടിപ്പിച്ച് കെട്ടിപ്പൊതിഞ്ഞ് വെച്ചാൽ നീരും വേദനയും കുറയും. ഇതിന് ഉപനാഹസ്വേദം എന്നാണ് പേര്.

6. സാല്വണ സ്വേദം

വാതഹരങ്ങളായ ഔഷധങ്ങളിട്ട് (സഹചരാദി കഷായമോ രാസ്നാദി കഷായമോ വിദ്യാര്യാദിഗണമോ) കഷായം വച്ച് അതിൽ കോലകുലത്ഥാദിചൂർണ്ണമോ, വയമ്പ്, മുരിങ്ങയില, കോലം, മുതിര ഇവ പൊടിച്ചോ അരച്ചു ചേർത്തോ എടുക്കണം. മറ്റൊരു പാത്രത്തിൽ ചുക്കപുളി, ധാന്യാമ്ലം, മോര് ഇവ ചേർത്ത് ആനൂപമാംസം (പശു, പോത്ത്, പന്നി ഇവയിൽ ഒന്നിന്റെ) പുഴുങ്ങി എടുക്കണം അതിനുശേഷം ഇവയെല്ലാം കൂടി അരച്ചെടുത്ത് വാതഹരങ്ങളായ എണ്ണയും ചേർത്ത് കുഴച്ചെടുത്ത് അത് ശരീരത്തിൽ പൊതിഞ്ഞു രോഗിയെ ഒരു മണിക്കൂർ കിടത്തണം. നല്ലതുപോലെ വിയർത്തെന്നു കാണുമ്പോൾ ഇതെല്ലാം മാറ്റി ചൂടുവെള്ളത്തിൽ കുളിപ്പിക്കണം. വാതരോഗം, ശോഷം, ദൗർബല്യം, ഇവയ്ക്കെല്ലാം ഒരു ചികിത്സ കൂടിയാണ് ഈ സാല്വണസ്വേദം. ഇത് ലേപന സ്വേദത്തിന്റെ ഒരു ഭേദമാണ്.

7. ധാരാസ്വേദം

എണ്ണകൊണ്ടുള്ള ധാരയ്ക്ക് പിഴിച്ചിലെന്നും തക്രം കൊണ്ടുള്ള ധാരയ്ക്ക് തക്രധാരയെന്നും വെപ്പു കാടി കൊണ്ടുള്ള ധാരയ്ക്ക് ധാന്യാമ്ല ധാരയെന്നും പറയുന്നു. ഇവയ്ക്ക് പരിഷേകസ്വേദമെന്നും കായസേകം എന്നുള്ള പേരുകളിലും അറിയപ്പെടുന്നു.

പിഴിച്ചിൽ

എണ്ണ കൊണ്ടുള്ള ധാര തന്നെയാണ് പിഴിച്ചിൽ. ഒരു കൈകൊണ്ട് കിണ്ടിയിൽനിന്നും രോഗിയുടെ ശരീരത്തിന്റെ മുകളിൽ നിന്നും കീഴോട്ടും കീഴിൽ നിന്ന് മുകളിലേക്കും എണ്ണ ഒഴിക്കുമ്പോൾ മറ്റേ കൈകൊണ്ട് ഒരു ഒഴുക്കിൽ എണ്ണ വീഴുന്നതോടൊപ്പം തടവി വിടുകയും ചെയ്യണം. ചെറിയ ചൂടോടുകൂടി വേണം എണ്ണ ഒഴിക്കാൻ. ആദ്യം ദ്രോണിയിൽ (എണ്ണത്തോണിയിൽ) ഇരുത്തിയും പിന്നെ രണ്ടു ശരീരഭാഗത്തും എണ്ണ

വീഴത്തക്കവിധം രോഗിയെ ചരിച്ചും പിന്നെ മലർത്തിയും വീണ്ടും ചരിച്ചും കിടത്തി എണ്ണ ഒഴിക്കുകയും തടവുകയും ചെയ്യണം. ദ്രോണിയുടെ ഇരു പാർശ്വങ്ങളിലും ഓരോ പഞ്ചകർമ്മ വിദഗ്ദ്ധർ നിന്ന് ഇത് തുടർന്ന് 45 മിനിട്ട് നേരം തുടർന്നു ചെയ്യണം. ശരീരത്തിൽ ഒഴിക്കുന്ന തൈലം ദ്രോണി ചുവട്ടിലുള്ള ദ്വാരത്തിലൂടെ അടിയിൽ പാത്രം വെച്ച് ശേഖരിച്ച് അല്പം ചൂടാക്കി വീണ്ടും ധാരയ്ക്കായി ഉപയോഗിച്ചു കൊണ്ടിരിക്കാം. ഒരു ദിവസം ഉപയോഗിക്കുന്ന എണ്ണ അടുത്ത രണ്ടു ദിവസത്തേക്കും ഉപയോഗിക്കാവുന്നതാണ്. മൂന്നാമത്തെ ദിവസം പുതിയ എണ്ണ എടുക്കണം. ഈ പിഴിച്ചിൽ 7 ദിവസമോ 14 ദിവസമോ തുടർന്ന് നടത്താം. പിഴിച്ചിലിനു ശേഷം കുറേ നേരംകൂടി രോഗിയെ ദ്രോണിയിൽ വിശ്രമിക്കാൻ അനുവദിക്കണം. അതിനുശേഷം കുളിയും ആഹാരവും.

കൂപസ്വേദം

ഒരാൾ താഴ്ചയിൽ ഒരുകുഴി ഉണ്ടാക്കി അതിൽ കരിങ്ങാലി, പുളിമരം ഇവ ഇട്ട് കത്തിക്കുക. കുറെ കഴിഞ്ഞ് കനലും കത്തിയ അവശിഷ്ടങ്ങളും പൂർണ്ണമായും വാരി കളഞ്ഞിട്ട് ശരീരം പൊള്ളാന്ന രീതിയിൽ ഒരാളെ ഇറക്കിനിർത്തിയിട്ട് കഴുത്തും തലയും വെളിയിൽ വരത്തക്കവിധം അടയ്ക്കുക. കുറച്ചുനേരം നിന്നിട്ട് ആൾ നല്ലതുപോലെ വിയർത്തെന്നു പറയുമ്പോൾ മേൽത്തട്ടുമാറ്റി ആളെ പുറത്തെടുക്കുക.

സംസ്തര സ്വേദം

പുളിയില, ആവണക്കില, കരിനൊച്ചിയില, എരുക്കില ഇവ ഒരാൾക്ക് കിടക്കത്തക്ക വിധത്തിൽ കീഴിൽ വിരിക്കുക. ദേവതാരം, ദശമൂലം, ചതകുപ്പ തുടങ്ങിയ ഔഷധങ്ങൾ, നല്ലതുപോലെ പൊടിച്ചും അരച്ചുമെടുത്തും തൈരിൽ കുഴച്ച് വിയർപ്പിക്കാനുള്ള ആളിന്റെ ശരീരത്തിൽ തേയ്ക്കുക. ആദ്യം ഉണ്ടാക്കിയ മെത്തയുടെ മുകളിൽ കമ്പിളി വിരിച്ച് അതിനുമുകളിൽ വിയർപ്പിക്കേണ്ട ആളെ (മരുന്നു തേച്ച ആളെ) കിടത്തി മറ്റൊരു കമ്പിളികൊണ്ട് വീണ്ടും അയാളെ പുതയ്ക്കുക. വിയർക്കുന്നതുവരെ കിടത്തുക.

4

വമനം

കഫരോഗങ്ങൾക്കുള്ള ശ്രേഷ്ഠമായ ശോധന ചികിത്സയാണ് വമനം. ശാരീരികാദ്ധ്വാനങ്ങളും വ്യായാമവും കുറഞ്ഞു വരുന്നതും സദാ കാറിലും ഇരുചക്രവാഹനങ്ങളിലുള്ള യാത്രയും പൊരിച്ചതും വറുത്തതുമായിട്ടുള്ള മുട്ട, മാംസം, മത്സ്യം ഇവയുടെ ഉപയോഗവും കഫരോഗികളെയും മേദോരോഗികളെയും മേദോജന്യരോഗങ്ങളെയും അധികം വർദ്ധിച്ചതുകൊണ്ട് വമനകർമ്മത്തിന്റെ സാംഗത്യം ഇന്ന് വളരെ അധികമാണ്. എന്നിരിക്കിലും ഭയംകൊണ്ടും വമനം ഒരു രോഗമാണെന്ന തെറ്റായ കാഴ്ചപ്പാടും ഈ കർമ്മത്തിൽ ഭിഷഗ്വരന്മാർക്കുള്ള പരിചയക്കുറവും വമനകർമ്മം ചെയ്യാൻ ആളുകളെ വിലക്കുന്നു. ഇതു ശരിയല്ല. പരിചയസമ്പന്നരായ ഭിഷഗ്വരന്മാരുടെ സാന്നിദ്ധ്യത്തിൽ വമനകർമ്മം കൂടുതൽ പഞ്ചകർമ്മം ചെയ്യുന്ന സ്ഥാപനങ്ങളിൽ നിർബ്ബന്ധമായും നടത്താൻ ശ്രമിക്കണം.

വമനാർഹന്മാർ

ദീപനപാചന, സ്നിഗ്ദ്ധ സ്വിന്ന പൂർവ്വകർമ്മങ്ങൾ ചെയ്തിരിക്കുന്നവർ, കഫപ്രകൃതിക്കാർ, കാസം, ശ്വാസം, ഇക്കിൾ, ഫലീമകം, നവജ്വരം, കഫജ്വരം, പ്രമേഹം, ക്ഷയരോഗം, മനോരോഗങ്ങൾ, പീനസം, പ്രതിശ്യായം, വിഷം, വിരുദ്ധാഹാരം കഴിച്ചവർ, വിഷാഹാരം കഴിച്ചവർ, അപച്ചി,

---

* സ്നിഗ്ദ്ധ സ്വിന്നം കഫേ സമ്യക് സംയോഗേ കഫോത്സന്നേ(ചക്രഭവ്യ)

** നവജ്വരാതിസാരാധ: പിത്താസൃഗ്രാജയ ക്ഷ്മിന്ന:
കുഷ്ഠമഹാപചീ ഗ്രന്ഥി ശ്ലീപദോന്മാദകാസിന:
ശ്വാസഹൃല്ലാ വീസർപ്പ സ്തന്യ ദോഷോർദ്ധ്വ രോഗിണാം
(അ. ഹൃ. സൂ. 18/1-3)

ഗ്രന്ഥിരോഗങ്ങൾ, ശ്ലീപദം, അധോഗരക്തപിത്തം, കുഷ്ഠം തുടങ്ങിയ രോഗങ്ങളിലെല്ലാം വമനം ഹിതകരമാണ്.* ആരോഗ്യം തൃപ്തികരമാണെങ്കിൽ മാത്രമേ ക്ഷയരോഗിയെ ഛർദ്ദിപ്പിക്കാവൂ.

വമനത്തിന് അനർഹന്മാർ

തിരിരം, ഗുൽമം, പാണ്ഡു, ഊർദ്ധ്വഗരക്തപിത്തം, മഹോദരം, അർദ്ദിതം, വാതവ്യാധികൾ, അധികക്ഷീണമുള്ളവർ, രൂക്ഷന്മാർ, കൃശന്മാർ, ഗർഭിണികൾ, അതിവൃദ്ധന്മാർ, കൃമികോഷ്ഠർ, അർശ്ശസ്സ് വർദ്ധിച്ചിരിക്കുന്നവർ, അജീർണ്ണമുള്ളവർ, ഭയമുള്ളവർ, ഹൃദ്രോഗമുള്ളവർ, ഇവരേയും ഛർദ്ദിപ്പിക്കരുത്*

ഛർദ്ദിപ്പിക്കാൻ ഉപയോഗിക്കുന്ന ഔഷധങ്ങളും ഔഷധയോഗങ്ങളും

1. ഇരട്ടി മധുരം കഷായം വച്ച് അതിൽ ആടലോടകം, കുടകപ്പാലയരി, ഇന്തുപ്പ്, വയമ്പ്, ഇവ അരച്ചു ചേർത്ത് കുറേശ്ശെ കുറേശ്ശെ കൊടുക്കുക-(ചക്രദത്തം)- മൊത്തം 350 മില്ലി. ഇതിനെത്തുടർന്ന് പാലും വെള്ളവുമോ ഇരട്ടിമധുരകഷായമോ ഏതാണ്ട് 5 ലിറ്റർ വരെ കൊടുത്ത് ഛർദ്ദിപ്പിക്കുക.

2. വേപ്പിൻ തൊലി കഷായം വെച്ച് അതിൽ ഞാഴൽപ്പൂവ്, കൊട്ടം, മലങ്കാരയ്ക്ക, ഇരട്ടിമധുരം, ഇന്തുപ്പ്, തേൻ ഇവ ചേർത്തും ഛർദ്ദിപ്പിക്കുക (ചക്രദത്തം)

എല്ലാ വമനൗഷധികളിലും ഇന്തുപ്പും തേനും ചേർക്കണം. കാരണം ഈ രണ്ട് ദ്രവ്യങ്ങളുടെയും വ്യവായി ആശുകാരി എന്നീ ഗുണങ്ങൾ കൊണ്ട് ഔഷധം വളരെവേഗം ആമാശയം, ഉരസ്സ് ഇവിടങ്ങളിൽ വ്യാപിച്ച് കഫത്തെ ഇളക്കുന്നു.

3. വേപ്പിൻ തൊലി, അമൃത്, ആടലോടകം, ഇവ കഷായം വച്ച് അതിൽ മലങ്കാരയ്ക്കാ, ഇന്തുപ്പ്, തേൻ ഇവ ചേർത്ത് കൊടുത്തിട്ട് വിസർപ്പരോഗിയിൽ ഛർദ്ദിപ്പിക്കണം.

---

* അ വമ്യാ ഗർഭിണീ രൂക്ഷ: ക്ഷുധിതോ നിത്യദുഃഖിത:
ബാല വൃദ്ധകൃശ സ്ഥൂല ഹൃദ്രോഗി ക്ഷത ദുർബ്ബലാ:
പ്രസക്ത വമഥുപ്ലീഹ തിമിര കൃമി കോഷ്ഠിന:
ഊർദ്ധ്വപ്രവൃത്ത വായ്വസ്രദത്ത വസ്തി ഹതസ്വരാ:
മൂത്രാഘാതാത്യുദരീ ഗുല്മീ ദുർഃവ്വമോƒ ത്യഗ്നിരർ ശസ:
ഉദാവർത്ത ഭൂമാഷ്ഠിലാ പാർശ്വരുഗ്വാതരോഗിണ:
ഋതേ വിഷംഗരാജീർണ്ണ വിരുദ്ധാഭ്യവഹാരത (അ.ഹൃ.സൂ 18/3-6)

വിവിധ ദോഷാധികൃത്തിൽ വമനം

കഫരോഗങ്ങളിൽ:

മദനഫലം, തിപ്പലി, ഇന്തുപ്പ്, തേൻ ഇവ ചേർത്ത് കൊടുത്ത് ഛർദ്ദിപ്പിക്കണം.

പിത്താധികൃത്തിൻ വമനം

കയ്പൻ പടവലം, വേപ്പ്, ആടലോടകം ഇവയുടെ കഷായത്തിൽ മദനഫലം, തേൻ, ഇന്തുപ്പ് ഇവ ചേർത്തു കൊടുത്ത് ഛർദ്ദിപ്പിക്കണം.

വാതാധികൃത്തിൻ വമനം

മദനഫലം, ഇന്തുപ്പ്, തേൻ ഇവ പാലിൽ കൊടുത്ത് ഛർദ്ദിപ്പിക്കണം.

വമനദ്രവ്യങ്ങൾ

മദനഫലം (മലങ്കാരയ്ക്കാ), വയമ്പ്, ഇരട്ടിമധുരം, വേപ്പ്, കോവൽ, കാട്ടുപീച്ചൽ, പുട്ടൽപീരം, ദേവതാളി, തിപ്പലി, ഉങ്ങ്*, തിപ്പലി, ഇന്തുപ്പ്, വയമ്പ്, ഏലക്കാ, കടുക്-ഇവയാണ് മുഖ്യ വമനൗഷധങ്ങൾ. ഇതിൽ സർവ്വശ്രേഷ്ഠമായിട്ടുള്ളത് മദനഫലം തന്നെയാണ്.

വമനൗഷധം കൊടുക്കുന്നതിനു മുൻപുള്ള ആഹാരം

വമനൗഷധം കൊടുക്കുന്നതിനു മുൻപുള്ള രാത്രി എള്ള്, മത്സ്യമാംസങ്ങൾ ചേർത്തുള്ള അഭിഷ്യന്ദികളായ ആഹാരം നല്കണം. അഭിഷ്യന്ദി എന്നതിനർത്ഥം എളുപ്പം ദഹിച്ചു ചേരാത്തത് എന്നാണ്.

വമനൗഷധം എപ്പോൾ എങ്ങനെ നല്കണം

ശൗചാദി കർമ്മങ്ങളും സ്നാനവും കഴിഞ്ഞ രോഗിക്ക് കഞ്ഞിവെള്ളം അല്പം നെയ്യും ഉപ്പും ചേർത്ത് നല്കണം. രാവിലെ ഏതാണ്ട് 8 മണിയോടുകൂടി വേണം വമനകർമ്മം നിർവ്വഹിക്കാൻ. ആരോഗ്യം കുറഞ്ഞ രോഗിയാണെങ്കിൽ മാംസരസം നല്കണം. രോഗിയെ ചാരി ഇരിക്കാൻ പറ്റിയ കൈയുള്ള കസേരയിൽ കിഴക്കോട്ട് ദർശനമായി ഇരുത്തണം. അതിനുശേഷം വമനൗഷധം കുറേശ്ശെ കുടിപ്പിക്കണം. വമനം സംഭവിക്കുന്നതിനു മുൻപ് വലിയ വികാരവും വെപ്രാളവും പ്രകടിപ്പിച്ചെന്നു വരും. വമനത്തോടുകൂടി അതു ശാന്തമാകുകയും ചെയ്യും.

---

* മദനമധുകബിംബി, വിശാലാ
ത്രിപുസകുടജ മൂർവ്വാ ദേവദാളികൃമിഘ്നം
വിദുള ദഹനചിത്രാ: കോശവന്യോ കരഞ്ജു
കണലവണ വചൈലാ സർഷപാഛർദ്ദനാനി
(അ ഹൃ സൂ 15/1)

വമനൗഷധം ഉണ്ടാക്കേണ്ട വിധം

വിധിപ്രകാരം ശുദ്ധി ചെയ്ത മലങ്കാരക്ക പൊടിച്ചത് ഒരു മുഷ്ടിക്കുള്ളിൽ കൊള്ളുന്നത് (ഏതാണ്ട് 25 ഗ്രാം) ഇരട്ടി മധുരക്കഷായത്തിലോ, മന്ദാരക്കഷായത്തിലോ, കടലാടിക്കഷായത്തിലോ ഒരു രാത്രി ഇട്ടുവച്ച് രാവിലെ എടുത്ത് നല്ലതുപോലെ കലക്കിയിട്ട് അരിച്ചെടുക്കുക. ഇങ്ങനെ കഷായം പാകം ചെയ്തെടുക്കുമ്പോൾ ഒരാൾക്ക് കൊടുക്കുന്നതിന്റെ ഇരട്ടി മാത്രയിൽ ഉണ്ടാക്കണം കാരണം ഛർദ്ദനൗഷധമായതുകൊണ്ട് ചിലർ വേണ്ടമാത്രയിൽ ഉള്ളിൽ ചെല്ലുന്നതിനു മുമ്പ് ഛർദ്ദിച്ചു കളയും. അങ്ങനെ ഉണ്ടായാൽ വീണ്ടും കൊടുക്കാനാണ് അല്പം കൂടുതൽ ഉണ്ടാക്കാൻ നിർദ്ദേശിക്കുന്നത്. ഈ കഷായം അല്പമൊന്നു ചൂടാക്കിയിട്ട് അതിൽ നിന്ന് 300 മി. ലി എടുത്ത് അതിൽ 25 മില്ലി തേനും 5 ഗ്രാം ഇന്തുപ്പും ചേർത്ത് യോജിപ്പിക്കണം. ആദ്യം ഇന്തുപ്പും തേനും ഒരു മോർട്ടറിൽ ഇട്ട് നല്ലതുപോലെ അരയ്ക്കുക. അതിനുശേഷം അല്പാല്പം കഷായം ചേർത്തും അരച്ചരച്ച് യോജിപ്പിക്കു. എല്ലാം യോജിപ്പിച്ചെടുക്കുമ്പോൾ 330 മി ല്ലി കാണും. ഇത് ഒരു കസേരയിൽ ഇരുത്തി ഇരിക്കുന്നരഗോയക്ക് കൊടുത്ത് കുടിപ്പിക്കുക. മറ്റൊരു പാത്രത്തിൽ കരിമ്പിൻ നീരോ ഇരട്ടി മധുരക്കഷായവും പാലിൽ വെള്ളമോ (പാലിന്റെ 3 ഇരട്ടിയോളം വെള്ളം ചേർത്തു തിളപ്പിച്ചാൽ 5 ലിറ്റർ കരുതി വെയ്ക്കണം.

കഷായം കുടിച്ച രോഗിക്ക് രണ്ടോ മൂന്നോ മിനിട്ടുകൾക്കുശേഷം നെഞ്ചിനുള്ളിൽ വലിയ വെപ്രാളം ഉണ്ടാകുകയും രോഗി വിയർക്കുകയും ചെയ്യും. അതിനുശേഷം രോഗി ഛർദ്ദിക്കാൻ തുടങ്ങി. ഛർദ്ദിക്കുന്നതനുസരിച്ച് പ്രത്യേകം തയ്യാറാക്കി വെച്ചിരിക്കുന്ന ലായിനി കൊടുത്തു കൊണ്ടിരിക്കണം. 8 ഛർദ്ദി വേഗങ്ങൾ ഉണ്ടാകുന്നത് ഉത്തമവും വേഗത്തിൽ ഒരു ശക്തമായ ഛർദ്ദിയെ തുടർന്ന് മൂന്നോ നാലോ ചെറിയ ഛർദ്ദിയും കാണും.

സമ്യക് വമന ലക്ഷണങ്ങൾ

എല്ലാ വമന വേഗങ്ങളിലും കൂടി 1080 മില്ലി വമനദ്രവം വെളിയിൽ പോയാൽ അത് ഉത്തമ വമനമായി കണക്കാക്കാം. എല്ലാ വമനവും ഒരു പാത്രത്തിലേക്കാണ് ഉണ്ടാകുന്നതെങ്കിൽ ഈ അളവ് കൃത്യമായി അവസാനം മനസ്സിലാക്കാം. 810 മില്ലി ആണ് വമനദ്രവത്തിന്റെ അളവെങ്കിൽ അത് മദ്ധ്യമായും തൃപ്തികരവുമാണ്. 640 മില്ലി ആണെങ്കിൽ അത് കഷ്ടിച്ച് കൊള്ളാമെന്ന് വയ്ക്കാം. അതിൽ കുറവാണെങ്കിൽ തൃപ്തികരമല്ലെന്ന് കണക്കാക്കാം. ഇരട്ടി മധുരക്കഷായം, കരിമ്പിൻ നീര്, പാലും വെള്ളവും ഇവയിൽ ഏതെങ്കിലും ഒന്ന് കൊടുക്കുന്നതിനനുസരിച്ച് വമനദ്രവം നന്നാകുന്നത് ശരീരത്തിന് ലാഘവം, ഇന്ദ്രിയങ്ങൾക്ക് വ്യക്തത, നല്ല വിശപ്പ് എന്നിവ സമ്യക് വമനത്തിന്റെ ലക്ഷണങ്ങളാണ്.

മുകളിൽ പറഞ്ഞ ലക്ഷണങ്ങളില്ലാതെ സദാ ഓക്കാനിച്ചും ശരീര

ഗുരുത്വം അനുഭവപ്പെട്ടും വയറു പെരുകിയും ഉള്ള അവസ്ഥ വമനം ശരിയായി നടക്കാത്തതിന്റെ ലക്ഷണങ്ങളാണ്.

പേയാദിക്രമം

വമനം, വിരേചനം, വസ്തി എന്നീ ഓരോ പഞ്ചകർമ്മങ്ങൾക്കുശേഷവും അഗ്നിബലം അല്പം കുറഞ്ഞിരിക്കും. അതുകൊണ്ട് ആദ്യം തന്നെ ഗുരുസ്വഭാവമുള്ള ആഹാരം ഭക്ഷിക്കാൻ പാടില്ല. ആദ്യം വളരെ ലഘുവായിട്ടുള്ളതും പിന്നെ പടിപടിയായി ഗുരുത്വവും പോഷകമൂല്യവും കൂടിയ ആഹാരം കഷിച്ച് സാമാന്യആഹാരക്രമത്തിൽ എത്തുന്നതാണ് പേയാദിക്രമം. പേയം, വിലേപി, അകൃതം, കൃതം, യൂഷം, രസം ഇതാണ് ആ രീതി.

പേയം: കഞ്ഞിവെള്ളം ഉപ്പിട്ട് ആദ്യ ദിവസം കുടിക്കണം. മറ്റാഹാരം കഴിക്കരുത്.

വിലേപി: വറ്റുചേർന്ന കുറുകിയ കഞ്ഞിയാണ് വിലേപി. ഇത് രണ്ടാമത്തെ ദിവസം ശീലിക്കണം.

അകൃതം: ചോറ് തന്നെ സസ്യങ്ങൾ ഇട്ടുണ്ടാക്കിയ എന്നാൽ, നെയ്യോ എണ്ണയോ ചേർക്കാത്ത യൂഷത്തോടുകൂടി കഴിക്കണം.

കൃതം: ചോറിൽ യൂഷവും മാംസരസവും നെയ്യും മറ്റ് മസാലകളും ഉപ്പും ചേർത്ത് കഴിക്കുന്നതാണ്. ഇത് നാലാമത്തെ ദിവസത്തെ ആഹാര രീതിയാണ്.

യൂഷം എന്നത് പയറ്, പരിപ്പ് ഇവ വേവിച്ച് അതിന്റെ രസമെടുത്ത് അത് മസാലകളും ഉപ്പും പുളിയും എരിവും ചേർത്ത് ഉണ്ടാക്കുന്ന ഒരു ദ്രാവകരൂപത്തിലുള്ള കറിയാണ്. ഇതിനെ രസമെന്നും കേരളത്തിൽ പറഞ്ഞു വരുന്നു.*

എന്നാൽ ആയുർവ്വേദത്തിലെ രസം മാംസരസം തന്നെ. മാംസരസം മസാലകളും ചേർത്തു നെയ്യിൽ താളിച്ചെടുത്ത് നാലാമത്തെ ദിവസം ചോറിൽ ചേർത്തും കഴിക്കും. ഒരു ദിവസം രണ്ടു നേരത്തെ ഭക്ഷണമാണ് ആയുർവ്വേദത്തിൽ പറയുന്നത്. ഓരോ തവണ ഭക്ഷണം കഴിക്കുമ്പോഴും നാലിൽ ഒരു ഭാഗം ഒഴിച്ചിടണം. ഏതു ലഘുവായ ആഹാരവും വയറു നിറച്ചോ അതിൽ കൂടുതലോ കഴിച്ചാൽ അതു ഗുരുവായി തീരും. ആഹാരം അധികം കഴിക്കാനോ അധികം കുറയ്ക്കാനോ പാടില്ല.

വമനം കഴിഞ്ഞ് പേയാദിക്രമവും കഴിഞ്ഞ്, ശരീരത്തിനാവശ്യമായ പോഷകാഹാരങ്ങളും വിശ്രമവും കഴിഞ്ഞിട്ട് വീണ്ടും സ്നേഹസ്വേദകർമ്മങ്ങൾ ചെയ്തിട്ടാണ് വിരേചനം ചെയ്യേണ്ടത്.

---

* പേയാം വിലേവീമകൃതം കൃതം ച
യൂഷം രസം ത്രിനുഭയം തഥൈകം
ക്രമേണ സേവേത നരോന്നകാലാൽ
പ്രധാനമദ്ധ്യാവരശുദ്ധിശുദ്ധഃ (അ. സൂ 18/29)

5

വിരേചനം

പഞ്ചകർമ്മത്തിൽ വമന കർമ്മം കഴിഞ്ഞാണ് വിരേചനം വിധിക്കുന്നത്. ഇനി വമന കർമ്മം ചെയ്യേണ്ടതില്ലാത്ത ആൾക്കും വിരേചനം അർഹിക്കുന്ന ആൾക്കും ദീപന-പാചനം, സ്നേഹനം, സ്വേദനം എന്നീ പൂർവ്വ കർമ്മങ്ങൾക്കുശേഷം ഒന്നോ രണ്ടോ ദിവസത്തെ വിശ്രമവും നല്കിയതിനുശേഷം വിരേചനം നല്കാം.

വിരേചനം പാടില്ലാത്തവർ

ഗുദത്തിൽ മുറിവുള്ളവർ, ഗുദഭ്രംശരോഗികൾ, അധോഗരക്ത പിത്തമുള്ളവർ, ഗർഭിണി, അധികം ക്ഷീണിച്ചവർ, ഹൃദ്രോഗി, ക്ഷയരോഗി.

വിരേചനം അർഹിക്കുന്നവർ

പിത്തപ്രകൃതിക്കാർക്കുള്ള ശോധന ചികിത്സയാണ് വിരേചനം. അതിനാൽ പിത്തരോഗങ്ങളിലും പിത്ത പ്രകൃതിയിലും മറ്റു തടസ്സങ്ങൾ ഒന്നുമില്ലെങ്കിൽ ഘൃതം കൊണ്ടുള്ള സ്നേഹപാനവും സ്വേദകർമ്മവും ചെയ്തിട്ട് വിരേചനം ചെയ്യണം.* വസ്തികർമ്മം വാതത്തിനും, വമനം കഫത്തിനും വിരേചനം പിത്തത്തിനുമുള്ള ശോധന ചികിത്സയായും തൈലപ്രയോഗം വാതത്തിനും ഘൃത പ്രയോഗം പിത്തത്തിനും തേനിന്റെ ഉപയോഗം കഫത്തിനുമുള്ള ശമന ചികിത്സയായും അഷ്ടാംഗഹൃദയത്തിൽ വിവരിക്കുന്നു.

പിത്തരോഗങ്ങളായ കാമല, കുംഭകാമല, ഊർദ്ധ്വഗ രക്തപിത്തം,

---

* പിത്തസ്യസർപ്പിഷ പാന സ്വാദു ശീരിതർവിരേചനം

** വസ്തി വിരേചോവമനം തഥാ തൈലം ഘൃതം മധു.

(അ ഹൃ സൂ)

വാതരക്തം ഇവയിലും പിത്തവും രക്തവും അധികമായി കോപിക്കുന്ന എല്ലാത്തരം കുഷ്ഠരോഗങ്ങളിലും ചർമ്മരോഗങ്ങളിലും ക്ഷുദ്രരോഗങ്ങളിലും വിരേചിപ്പിക്കണം. മലബന്ധം, ഉദരകൃമി, കൂട്ടുവിഷം, ഗുൻമം, അർശസ്സ്, വ്യംഗം, പക്വാശയരോഗങ്ങൾ, പാണ്ഡുരോഗം, നേത്രരോഗങ്ങൾ ഇവയിലെല്ലാം വിരേചനം തന്നെയാണ് ശ്രേഷ്ഠ ചികിത്സ. ശുഷ്കാർശസിലും കുഷ്ഠരോഗങ്ങളിലും കാമല മുതലായ രോഗങ്ങളിലും വിരേചനം ഇടവിട്ട് ഇടവിട്ട് ചെയ്യേണ്ടതായും വരാം.*

വിരേചന ഭേദങ്ങൾ:

കോഷ്ഠഭേദമനുസരിച്ച് വിരേചന ഭേദങ്ങളുമുണ്ട്. ക്രൂരം, മൃദുമദ്ധ്യം ഇങ്ങനെ കോഷ്ഠം മൂന്നുവിധത്തിലുണ്ട്.** ക്രൂരകോഷ്ഠത്തിൽ അതിശക്തമായ വിരേചനദ്രവ്യവും മൃദുകോഷ്ഠത്തിൽ മൃദുവിരേചന ദ്രവ്യവും മദ്ധ്യകോഷ്ഠത്തിൽ അധികം ശക്തവും അധികം മൃദുവുമല്ലാത്ത വിരേചനദ്രവ്യവും നല്കി വിരേചിപ്പിക്കണം. വാതപ്രകൃതിയുടെ കോഷ്ഠം ക്രൂരവും പിത്തപ്രകൃതിയുടെ മൃദുവും കഫപ്രകൃതിയുടെ മദ്ധ്യകോഷ്ഠുമാണ്.

വിരേചന ദ്രവ്യങ്ങളുടെ ഭേദങ്ങൾ

ശക്തമായ ഭേദഛേദന ദ്രവ്യങ്ങൾ

നീർവാളം, എരുക്കിൻ പാല്, എരുക്ക്, ആവണക്കെണ്ണ, കള്ളിച്ചെടികളുടെ പാല്, നാഗദന്തി, കടുരോഹിണി തുടങ്ങിയ ദ്രവ്യങ്ങൾ ശക്തമായ വിരേചനൗഷധമാണ്. ഇവ ക്രൂരകോഷ്ഠന്മാരിലും മഹോദരം തുടങ്ങിയ രോഗങ്ങളിലും വിരേചനത്തിനായി ഉപയോഗിക്കാം.

മൃദുവിരേചനം

ത്രികോല്പക്കൊന്ന, നെല്ലിക്കാ, ത്രിഫല, ബ്രഹ്മി, ഇസഫ് ഗോൾ, മുന്തിരി, അത്തിപ്പഴം

സ്രംസനദ്രവ്യങ്ങൾ (മദ്ധ്യമവിരേചനം)

ഇസഫ്ഗോൾ, ലിക്വിഡ് പാരാഫിൻ, അത്തിപ്പഴം, കണിക്കൊന്നയുടെ ഫലമജ്ജ ഈ ഔഷധങ്ങളെല്ലാം കുടലിനെ ശക്തിയായി ഇളുക്കാതെ മലത്തെ അയവോടുകൂടി വെളിയിൽ കളയാൻ സഹായിക്കുന്നു. ഉദരത്തിലുള്ള വ്രണങ്ങളിലും ഗുദം, കുടൽ ഇവിടങ്ങളിൽ ഓപ്പറേഷൻ ചെയ്തി

* വിരേകസാദ്ധ്യാഗ്രുന്മാർശോ വിസ്ഫോട വ്യാങ്ഗകാമലം:
ജീർണ്ണജ്വരോദരഗരച്ഛർദി പ്ലീഹഹലീമകാ
വിദ്രധിസ്തി മിരം കാചം സ്യന്ദ: പക്വാശയവ്യഥാ
യോനിശുക്ലാശ്രയാ രോഗാ: കോഷ്ഠഗാ: കൃമയോ വ്രണാ
വാതാസ്രമൂർദ്ധ്വഗം രക്തം മൂത്രാഘാത: ശകൃദ്ഗ്രഹ:
വമ്യാശ്ചകുഷ്ഠ മേഹാദ്യ
(അ.ഹൃ.സൂ 18/8)

** കോഷ്ഠ: ക്രൂതേ മൃദുർമത്രധ്യാ മധ്യ: സ്യാനൈസ്സമൈരവി
(അ ഹൃ സൂ 1-9)

രിക്കുന്നവരും ഇസഫ് ഗോളിന്റെ പൊടി ചൂടുപാലിൽ പഞ്ചസാരയും ചേർത്ത് കലക്കിവെച്ച് തണുക്കുമ്പോൾ എടുത്തു കഴിച്ചാൽ സുഖവിരേചനം ഉണ്ടാകും.

മദ്ധ്യവിരേചനം

ശംഖുപുഷ്പത്തിന്റെ അരി, ചിന്നാമുക്കി, മാഗ്സൽഫ്, കുമ്മട്ടിവേര് ഇവയെല്ലാം മദ്ധ്യവിരേചനൗഷധങ്ങളാണ്. അതായത്, അധികം തീക്ഷ്ണവും അധികം മൃദുവുമല്ലാത്ത വിരേചനൗഷധങ്ങളാണ്.

ചില വിരേചന യോഗങ്ങൾ

ഭിന്ന ദോഷങ്ങൾ ചേർന്ന് കോപിച്ചിട്ടുള്ള അവസ്ഥകളിലും പല വിധത്തിലുള്ള രോഗങ്ങളിലും ഒറ്റമൂലി ഔഷധങ്ങൾ കൊടുത്ത് വിരേചിപ്പിക്കുന്നതിൽ വെച്ച് ഏറ്റവും ഗുണകരമായിട്ടുള്ളത് പല ഔഷധങ്ങൾ ചേർത്തുണ്ടാക്കിയ വിരേചനൗഷധങ്ങളാണ്.

മാണിഭദ്രം, കല്യാണകഗുളം, ത്രിഫല, ഇച്ഛാഭേദിരസം, സിന്ധുവാര ഏരണ്ഡ തൈലം, ധാത്രീതൈലം, ഗന്ധർവ്വ ഹസ്തതൈലം, ബ്രിഹ്യത്ലേഹ്യം, അജഗന്ധാദിലേഹം, സ്വഗോലാദിതർപ്പണയോഗം, വിഡംഗ തണ്ഡുലാദിയോഗം, അവിപത്തികരചൂർണ്ണം, ത്രിപുത് ദുരാലഭാദിയോഗം, ത്രിവൃത് ത്രായന്ത്യാദിയോഗം, ശ്യാമത്രിവൃതാദിയോഗം, മിശ്രകസ്നേഹം, ചതുരംഗുലമർജ്ജിദിയോഗം ഏരണ്ഡതൈലയോഗം, അഭയാമോദകം, ത്രിഫല, കടുക്കാ, നെല്ലിക്കാ, താന്നിക്കാ ഇവ മൂന്നിന്റെയും ഫലം കുരുകളഞ്ഞ് സമ അളവിലെടുത്ത് പൊടിച്ചെടുക്കുന്നതാണ് ത്രിഫല. ഇത് മൃദുവിരേചനമാണ്, മദ്ധ്യവിരേചനമാണ് കോഷ്ഠത്തിലും ധാതുക്കളിലും എന്തെങ്കിലും പചിക്കാതെ കിടന്നാൽ അതിനെ പചിപ്പിച്ചും അനുലോമനം ഉണ്ടാക്കിയിട്ടും വിരേചിപ്പിക്കുന്ന ഔഷധമാണ് ഇത്. അതിസ്ഥൗല്യം മേദോരോഗം, നേത്രരോഗം, പൈത്തിക വികാരം ഇവയിലെല്ലാം വിരേചിപ്പിക്കാൻ കൊള്ളാവുന്ന ഔഷധമാണ്. ഇത് മുകളിൽ പറഞ്ഞ രോഗികളും മലബന്ധം ഔരു ചിരസ്ഥായി രോഗമുള്ളവരും നിത്യവും രാത്രി സേവിക്കാവുന്നതാണ്.

മാത്ര-10-15 ഗ്രാം രാത്രിയോ വെളുപ്പിനെ 5 മണിക്കോ സേവിക്കാം.

നിത്യം കഴിക്കുന്നവർ 6 മുതൽ 10 ഗ്രാം വരെ നെയ്യിലും തേനിലും കലർത്തി സേവിക്കാം.

മാണിഭദ്രം

വിഴാലരി 1 ഭാഗം, നെല്ലിക്കാ 1 ഭാഗം, കടുക്കാ 1 ഭാഗം, ത്രികാല്പക്കൊന്ന 3 ഭാഗം, ശർക്കര 12 ഭാഗം. ആദ്യത്തെ മൂന്നു മരുന്നും നല്ലതുപോലെ പൊടിച്ച് ശർക്കരയും വെള്ളവും ചേർത്ത് കുറുക്കി വെള്ളം വറ്റിച്ചെടുക്കുക.

ഇത് നിത്യവും കഴിക്കുന്നെങ്കിൽ രാത്രി 6 ഗ്രാം കഴിച്ചിട്ട് വെള്ളം അനുപാതമായി കുടിക്കുക. വിധി പ്രകാരം വിരേചനത്തിനാണ് ഉപയോഗിക്കുന്നതെങ്കിൽ 15 ഗ്രാം കഴിച്ചിട്ട് ചൂടുവെള്ളം കഴിക്കണം.

കുഷ്ഠം, ചർമ്മരോഗങ്ങൾ, അർശ്ശസ് ഗുന്മം, ഉദരകൃമി, പ്ലീഹരോഗം ഇവയിലെല്ലാം വിരേചനത്തിനായും ഇവയിലെല്ലാം തന്നെ നിത്യേന ഔഷധമായും ഉപയോഗിക്കാം.

അവിപത്തികര ചൂർണ്ണം

ത്രിഫല, മുത്തങ്ങാ, വിഴാലരി, വിഡ്ലവണം, ഏലം, തേജവത്രം ഇവ ഓരോ ഭാഗം ലവംഗം 11 ഭാഗം, ത്രികോല്പക്കൊന്ന 44 ഭാഗം, ശർക്കര 66 ഭാഗം.

ഒരു വിരേചന ദ്രവ്യത്തിനുപരി അമ്ലപിത്തം, അർശ്ശസ്, അഗ്നിമാന്ദ്യം ഇവയിലും ശ്രേഷ്ഠമായ ഒരൗഷധമാണ് വിരേചിപ്പിക്കാൻ 15 ഗ്രാമും അമ്ലപിത്തം അഗ്നിമാന്യം എന്നീ രോഗങ്ങളിൽ 3 മുതൽ 5 ഗ്രാം വീതം ദിവസം 3 നേരം കൊടുക്കാം. പൈത്തിക വിരേചനത്തിനു പ്രധാനമായും ഉപയോഗിക്കുന്ന ലവണം ചേർത്തതുകൊണ്ട് മറ്റു ദോഷങ്ങളിലും വിരേചനത്തിന് നല്കാം.

ഗന്ധർവ്വഹസ്തതൈലം

ആവണക്കിൻ വേര്, യവം, ചുക്ക്, ഇവ 40 ഭാഗം, 30 ഭാഗം, 1 ഭാഗം ഈ അളവിലെടുത്ത് കഷായം വെച്ച് ഇവതന്നെ 6, 4, 1 എന്ന ആനുപാതികക്രമത്തിൽ കല്ക്കവും ചേർത്ത് വിധിപ്രകാരം ആവണക്കെണ്ണയും പശുവിൻപാലും ചേർത്ത് കാച്ചി എടുക്കുക.

ഈ ഗന്ധർവ്വഹസ്തതൈലം വാതവ്യാധികൾ, ഗുൻമം, ഉദാവത്തം, ശോഫം, വിദ്രധി, പ്ലീഹോദരം, ഉദരം ഇവയിൽ വിരേചനത്തിനായി ഉപയോഗിക്കുന്നു.

സിന്ധുവാര ഏരണ്ഡതൈലം

കരിനൊച്ചി ഇടിച്ചു പിഴിഞ്ഞെടുത്ത ചാറിൽ ആവണക്കെണ്ണ ചേർത്ത് എണ്ണ കാച്ചി എടുക്കുക.

ഇത് എല്ലാവിധ സന്ധിവാതരോഗങ്ങളിലും നടുവുവേദനയിലും വിരേചനത്തിന് ഉപയോഗിക്കാം.

ധാത്രീതൈലം

ആവണക്കെണ്ണയിൽ നെല്ലിക്കാ നീര്, വെളുത്തുള്ളി, കടുകുരോഹിണി ഇവ ചേർത്തുണ്ടാകുന്ന തൈലമാണ്. ഇത് ശിശുക്കൾക്ക് വിരേചനത്തെ ഉണ്ടാക്കാൻ ഏറെ ശ്രേഷ്ഠമാണ്. മാത്ര 3 മുതൽ 10 തുള്ളി വരെ പാലിൽ ചേർത്തും നല്കണം.

ഹൃദ്യവിരേചനം ലേഹ്യം

ത്രികോല്പക്കൊന്ന കഷായമായും കല്ക്കമായും എടുത്ത് വേണ്ടത്ര പഞ്ചസാരയും വെള്ളവും ചേർത്ത് മന്ദാഗ്നിയിൽ ഇളക്കി വറ്റിച്ച് ഇറക്കാറാകുമ്പോൾ ഏലക്കാ, പച്ചില, ഇല വർങ്ഗം ഇവ പൊടിച്ചു ചേർത്ത് ഇറക്കുക. തണുക്കുമ്പോൾ തേനും ചേർത്ത് യോജിപ്പിക്കുക. ഇത് ഹൃദ്യമായ ഒരു മദ്ധ്യമവിരേചനൗഷധമാണ്. പിത്തവികാരങ്ങൾ, ദാഹം, പിപാസ സന്നിപാദജ്വരം ഇവയിൽ വിരേചിപ്പിക്കാൻ ഉത്തമം. മാത്ര 10 മുതൽ 15 ഗ്രാം വരെ

ചതുരംഗുല മജ്ജാരിഷ്ടം

നാഗദന്തിവേരിന്റെ കഷായം അരിച്ചെടുത്ത് അതിൽ വിളഞ്ഞ കൊന്നയുടെ ഫലമജ്ജ ചുരണ്ടിയിട്ട് ശർക്കരയും താതിരിപ്പൂവും ചേർത്ത് അരിഷ്ടമുണ്ടാക്കി ആ അരിഷ്ടം കുടിച്ചാൽ സുഖവിരേചനം ഉണ്ടാകും*

കല്യാണകഗുളം ചേരുവകൾ

വിഴാലരി	5 ഗ്രാം
കാട്ടുതിപ്പലി വേര്	”
ത്രിഫല	”
കൊത്തമ്പാലരി	”
കൊടുവേലിക്കിഴങ്ങ്	”ശുദ്ധിചെയ്തത്
കുരുമുളക്, കുടകപ്പാലയരി	”
ജീരകം	”
തിപ്പലി	”
അത്തിതിപ്പലി	”
ഓമം	”
പഞ്ചലവണം	25 ഗ്രാം
ത്രികോല്പക്കൊന്ന	400 ഗ്രാം
നെല്ലിക്കാ നീര്	2500 മില്ലി
ശർക്കര	2500 ഗ്രാം
എള്ളെണ്ണ	400 മില്ലി

പൊടിക്കേണ്ട മരുന്നുകളെല്ലാം പൊടിച്ച് ശീലമൺ ചെയ്തെടുത്ത് നെല്ലിക്കാ നീരിൽ കലക്കി ശർക്കരയും അരിച്ചുചേർത്ത് കാച്ചി എണ്ണയും ചേർത്ത് ലേഹ്യപാകത്തിൽ ഇറക്കുക.

ഇത് ഗുല്മം, പ്ലീഹ, ഉദരം, അർശ്ശസ്സ്, പാണ്ഡ് എന്നീ രോഗങ്ങളിൽ വിരേചനത്തിനായി ഉപയോഗിക്കാം.

---

* ദന്തീകഷായേ തന്മജ്ജോ ഗുഡം ജീർണ്ണം പനിക്കിലേത്
തമരിഷ്ടം സ്ഥിതം മാസം പായയേൽ പക്ഷമേവവ (അ ഹൃ കല്പ)

ഇസഫ് ഗോൾ

സ്നിഗ്ദ്ധജീര (plantago ovata) എന്ന സസ്യത്തിന്റെ വിത്തിനെ പൊതിഞ്ഞിരിക്കുന്ന ഉമിയാണിത്. ഇത് വെള്ളത്തിലിട്ടാൽ കുതിർന്ന് വഴുവഴുപ്പുള്ള ഒരു വസ്തുവായി മാറും. 10 ഗ്രാം ഇസഫ് ഗോൾ ഒരു ഗ്ലാസ് പാലിലിട്ട് 15 മിനിട്ടുവെച്ചിരുന്നാൽ നല്ല കുറുകിയ പാൽപ്പായസം പോലെയാകും. ഇതു കഴിച്ചാൽ സുഖമായി വിരേചനം ഉണ്ടാകും. ഇത് കുടലിൽ ശക്തമായ ചലനങ്ങളൊന്നും ഉണ്ടാക്കുന്നില്ല. ഇതിന്റെ വഴുവഴുപ്പുകാരണമാണ് കുടലിന്റെ നോവിക്കാതുള്ള വിരേചനം നടക്കുന്നത്. കുടലിൽ വിള്ളൽ, നീര്, വ്രണം ഇവ ഉള്ളവർക്കും ശരീരത്തിനുള്ളിലെ സർജ്ജറിക്കുശേഷവും വിരേചനം ചെയ്യണമെങ്കിൽ ഏറ്റവും ഫലപ്രദവും മറ്റ് വിഷമങ്ങളുമില്ലാതെ വിരേചിപ്പിക്കാൻ പറ്റിയ ഔഷധമാണിത്. ഇത് ത്രിഫല ചൂർണ്ണമായി ചേർത്തും ചില കമ്പനികൾ വിരേചനൗഷധങ്ങൾ ഉണ്ടാക്കുന്നുണ്ട്.

ചിന്നാമുക്തി

കാഷ്യാ അൻഗുസ്റ്റിഫോളിയ (Cassia Angustifolia)

ഇതിന്റെ ഇല ഉണക്കിപ്പൊടിച്ചാണ് വിരേചനത്തിനായി ഉപയോഗിക്കുന്നത്. ഇതിൽ അടങ്ങിയിട്ടുള്ള സെന്നോസൈഡ് എ, ബി എന്നീ ഗ്ലൂക്കോസൈഡുകൾ കുടലിലേക്ക് ഇറങ്ങിച്ചെന്ന് കുടലിൽ ശക്തമായ ചലനങ്ങളുണ്ടാക്കുന്നു. ഈ ചലനത്തിൽ കുടലിൽ പറ്റിപ്പിടിച്ചിരിക്കുന്ന മലവും കീടങ്ങളും കീടങ്ങളുടെ മുട്ടയും ഇളകുന്നു. അതോടൊപ്പം വെളിയിലേക്ക് തള്ളിക്കളയുകയും ചെയ്യുന്നു. അല്പം വിരശല്യമുണ്ടെന്നു സംശയിക്കുന്ന രോഗികൾക്ക് ചിന്നാമുക്തി പൊടിയായോ കഷായമായോ കൊടുത്തുവിരേചിപ്പിക്കുന്നത് നല്ലതാണ്. ഇതിന്റെ കൂടെ ഇരട്ടിമധുരം കൂടി ചേർത്ത് സ്വാദിഷ്ടവിരേചനചൂർണ്ണവും ത്രിഫലയുടെ കൂടെ ചേർത്ത് മഹാത്രിഫല ചൂർണ്ണവും ഉണ്ടാക്കുന്നു. വാതപിത്തവികാരങ്ങളിലും പിത്തവികാരങ്ങളും ക്യാൻസർ തുടങ്ങിയ രോഗങ്ങളിലും ഉദര കൃമികളിലും ചർമ്മ രോഗങ്ങളിലും വിരേചിപ്പിക്കാൻ ഈ യോഗങ്ങൾ നല്ലതാണ്. ചിന്നമുക്തിക്ക് ചർമ്മ രോഗങ്ങൾ ഉദരകൃമി, കാൻസർ ഇവ ശമിപ്പിക്കാനുള്ള സവിശേഷ ശക്തിയുണ്ട്.

ആവണക്കെണ്ണ

വാതരോഗങ്ങളെ ശമിപ്പിക്കാൻ ശക്തിയുള്ള ഒരു ഭേദനീയൗഷധമാണ് ആവണക്കെണ്ണ. ആവണക്കിൽ കുരുവിൽ റിസിൻ എന്ന വിഷവസ്തു അടങ്ങിയിട്ടുണ്ട്. വിത്ത് ആട്ടി എണ്ണ എടുക്കുമ്പോൾ വിഷവസ്തുക്കൾ പിണ്ണാക്കിനോടുകൂടി വേർതിരിഞ്ഞു മാറുന്നു. എങ്കിലും അല്പം വിഷവസ്തു അവശേഷിച്ചിരിക്കാം എന്ന സംശയത്തിലാണ് ആവണക്കെണ്ണ ശുദ്ധി ചെയ്ത് ഉപയോഗിക്കണമെന്ന് പറയുന്നത്.

വിരേചനത്തിനായി പഞ്ചകർമ്മ ചികിത്സയോട് അനുബന്ധമായി ഗന്ധർവ്വ ഏരണ്ഡം, സിന്ധു വാര ഏരണ്ഡം ഇവയിൽ ഏതെങ്കിലും ഉപയോഗിക്കുമ്പോൾ 25 മുതൽ 30 മില്ലി വരെ മാത്രയിൽ രാവിലെ 5 മണിക്ക് കുടിച്ചിട്ട് ചൂടുവെള്ളം കുടിക്കാം. എന്നാൽ, നടുവേദനയിൽ കുറച്ചു നാൾ പതിവായിട്ട് ആവണക്കെണ്ണ ഉപയോഗിക്കണമെങ്കിൽ 10 മില്ലി ആവണക്കെണ്ണ 25 മില്ലി കരിനൊച്ചിനീരും 5 ഗ്രാം ചുക്കുപൊടിയും ചേർത്ത് പതിവായി പ്രഭാതത്തിൽ ഉപയോഗിക്കണം. വിഷാംശം അടങ്ങിയ വസ്തുക്കളോ ആഹാരമോ കഴിച്ചാൽ 30 മില്ലി ആവണക്കെണ്ണ കുടിച്ച് വയറിളക്കണം. യോനിഭാഗത്ത് അസഹ്യമായ ചൊറിച്ചിലും വരൾച്ചയും അനുഭവപ്പെട്ടാൽ 10 മില്ലി ശുദ്ധി ചെയ്ത ആവണക്കെണ്ണ പാലിൽ ഒഴിച്ച് നിത്യവും പ്രഭാതത്തിൽ കുടിക്കണം.

നീർവാളം

നീർവാളത്തിന്റെ കുരു വിഷം അധികമുള്ള ഒരു വിരേചനനൗഷധമാണ്. എങ്കിൽത്തന്നെയും ഇതു ചേർത്തുണ്ടാക്കുന്ന വിരേചന ഗുളികകൾക്ക് ആളുകൾക്കിടയിൽ വളരെ പ്രീതിയുണ്ട്. ഒരു ചെറിയ ഗുളിക വിഴുങ്ങാൻ സൗകര്യവും എളുപ്പവുമാണ് എന്നതാണ് ഇതിനു കാരണം. എന്നാൽ ഇത് പതിവായി ഉപയോഗിച്ചാൽ വയറ്റിൽ എരിച്ചിൽ, നെഞ്ചുരുക്കം, വയറ്റുവേദന, ആമാശയത്തിലും കുടലിലും വ്രണങ്ങൾ, രക്തത്തോടുകൂടിയ അതിസാരം ഇവ ഉണ്ടാകും. എന്നാൽ, ജലോദരം തുടങ്ങിയ രോഗങ്ങളിൽ 1/2 സെ. ഗ്രാം മുതൽ 1 സെ ഗ്രാം വരെ കുറഞ്ഞ മാത്രയിൽ എടുത്ത് ഭക്ഷ്യവിഷബാധയിലും മഹോദരത്തിലും വിരേചിപ്പിക്കാൻ നല്കാം.

കണിക്കൊന്ന മജ്ജ

കണിക്കൊന്നയുടെ ഫലം വിളയുമ്പോൾ അതെടുത്ത് 7 ദിവസം ഭൂമിയിൽ കുഴിച്ചിടണം. ഏഴു ദിവസം കഴിഞ്ഞെടുത്ത് ഫലത്തിനുള്ളിലുള്ള മജ്ജ കുരുകളഞ്ഞിട്ട് ചുരണ്ടി എടുത്തു സൂക്ഷിക്കണം. ഈ ചൂർണ്ണവും സമം ത്രികോല്പക്കൊന്നയുടെ ചൂർണ്ണവും ചേർത്ത് ലേഹ്യവും അരിഷ്ടവും ഉണ്ടാക്കാം. ഇത് രണ്ടും മൃദുവിരേചനൗഷധമാണ്.

അരിഷ്ടം - 40 മില്ലി രാത്രി ആഹാരത്തിനുശേഷം

ലേഹ്യം - 15 ഗ്രാം രാത്രി ആഹാരത്തിനു ശേഷം അല്ലെങ്കിൽ വെളുപ്പിനെ അഞ്ചുമണിക്ക്.

ഇത് മൃദുവിരേചനൗഷധമാണ്. പിത്തപ്രകൃതിക്കാർക്കും പിത്ത വാത പ്രകൃതിക്കാർക്കും കുട്ടികൾക്കും വൃദ്ധന്മാർക്കും ഉപയോഗിക്കാം.

വിരേചന ഔഷധങ്ങളുടെ മാത്ര

ശോധന ചികിത്സയ്ക്ക് വിരേചനൗഷധങ്ങൾ ഉപയോഗിക്കുമ്പോൾ

ഉത്തമമാത്ര (maximum dosage) ഉപയോഗിക്കണം.

ആവണക്കെണ്ണയും ആവണക്കെണ്ണ ചേർത്തുണ്ടാക്കിയ മറ്റ് യോഗങ്ങളും 30 മില്ലി

ലേഹ്യം - 15 ഗ്രാം

ചൂർണ്ണം - 10 ഗ്രാം.

ശോധനൗഷധം ഉപയോഗിക്കേണ്ട രീതി

വെളുപ്പിനെ അഞ്ചുമണിക്ക് ഔഷധം ഉപയോഗിക്കണം. വിരേചനൗഷധം ഉപയോഗിച്ചതിനു ശേഷം അന്ന് ഉറങ്ങാൻ പാടില്ല. വിരേചനൗഷധത്തിനുശേഷം ചെറുതായി ചൂടാക്കിയ വെള്ളം കുടിക്കണം. പിന്നെ വെള്ളം കുടിച്ചുകൊണ്ടിരിക്കണം. വയറുവീർപ്പോ മറ്റോ അനുഭവപ്പെടുന്നെങ്കിൽ ചുക്കിട്ടു കാച്ചിയ വെള്ളം കുടിക്കണം. വിരേചന വേഗങ്ങൾ എല്ലാം സംഭവിച്ചെന്നു ബോദ്ധ്യമാകുകയും ഇനി മലം പോകില്ലെന്നു ബോദ്ധ്യമാവുകയും ശരീരത്തിന് ലാഘവവും നല്ല വിശപ്പും അനുഭവപ്പെട്ടാൽ ഉപ്പിട്ട് ആദ്യം കഞ്ഞിവെള്ളം കുടിക്കണം. അതിനുശേഷം നേർത്ത കഞ്ഞിയും പിന്നെ കുറുകിയ കഞ്ഞിയും കുടിക്കാം. അടുത്ത ദിവസം മുതൽ സാധാരണ ഭക്ഷണം സ്വീകരിക്കാം.

വിരേചനത്തിന്റെ സമ്യക് യോഗലക്ഷണം

മലം പൂർണ്ണമായും ഇളകിപ്പോയി സ്രോതേ ശുദ്ധിവരുക, ശരീരത്തിന് ലാഘവം അനുഭവപ്പെടുക, അഗ്നിബലം വർദ്ധിച്ച് വിശപ്പ് അനുഭവപ്പെടുക, ഇന്ദ്രിയങ്ങൾക്ക് വിഷയഗ്രഹണശക്തി വർദ്ധിക്കുക, വാതപിത്ത കഫങ്ങൾ അവയിലുള്ള ആമാവരണം മാറ്റി സ്വതന്ത്രമാക്കുക. വാതത്തിന് അനുലോമനത്വം സംഭവിക്കുക ഇവയെല്ലാം സമ്യക് വിരേചനത്തിന്റെ ലക്ഷണങ്ങളാണ്*

വിരേചന വേഗങ്ങൾ

ഉത്തമവേഗം (വിരേചനൗഷധം ഉപയോഗിച്ചതിനുശേഷമുള്ള മലവിസർജ്ജനം) 30 തവണയും മദ്ധ്യമവേഗം 20 തവണയും അധമ വേഗം 10 തവണയുമാണെന്ന് അവ് ആയുർവ്വേദ സൗഖ്യം എന്ന ഗ്രന്ഥത്തിൽ വിവരിക്കുന്നു**

---

* സ്രോതോവിശുദ്ധീന്ദ്രിയ സംപ്രസാദൗ
ലഘുത്വമൂർജോടഗ്നിരനാമയത്വം
പ്രാപ്തിശ്ചവിടപിന്നക്ഷാ നിലാനാം
സമ്യക് വിരിക്തസ്യ ഭവേത് ക്രമേണ
(പ. സം. സി 1/17)

** മാത്രോത്തമം വിരേകസ്യ ത്രിംശത് വേ ഗോകഫാന്തിക
വേഗൈർവിശംതിഭിർമദ്ധ്യഹീനോക്താ ദശ വേഗകൈ:
(ആയുർവ്വേദ സൗഖ്യം)

വിരേചനം അധികമായാലുള്ള ലക്ഷണങ്ങൾ

കഫം, പിത്തം, രക്തം ഇവ അധികമായി വിസർജ്ജിച്ചുപോകും. അതുകാരണം വാതം കോപിക്കുകയും ശരീരം നുറുങ്ങിപ്പോകുക, അധികമായ ക്ഷീണം, കണ്ണിൽ ഇരുട്ടു കയറുക എന്നീ ലക്ഷണങ്ങൾ പ്രകടമാക്കുകയും ചെയ്യും. ഉന്മാദവും ഇക്കിളും ഉണ്ടാകും.*

അധികം വിരേചിച്ചാൽ ചെയ്യേണ്ട ചികിത്സ

വിരേചനം അധികമായാൽ പതിമുകം, രാമച്ചം, നാഗപ്പൂവ്, ചന്ദനം ഇവ അരച്ച് കലക്കി ഉള്ളിൽ കൊടുക്കുകയും അതുതന്നെ പുറമേ പുരട്ടുകയും ചെയ്യണം. മാവിൻതൊലി കാടിയിൽ അരച്ച് നാഭിയിൽ പുരട്ടണം. കഞ്ഞിവെള്ളം ഉപ്പിട്ടുകൊടുക്കുക. പഞ്ചസാരയും ഉപ്പുമിട്ട് വെള്ളം കൊടുക്കുക. കരിക്കിൻ വെള്ളം കൊടുക്കുക ഇവയെല്ലാം അവസ്ഥാനുസരണം ചെയ്യണം.

വിരേചനം ശരിക്ക് നടക്കാത്തതിന്റെ ലക്ഷണങ്ങൾ

വിരേചനം അല്പമായും ഒന്നോ രണ്ടോ തവണ മാത്രമായും പോകുക. അഗ്നിമാന്ദ്യം, ദേഹത്തിന് കനം, വായിൽ കൂടി വെള്ളം വരുക ഇവയെല്ലാം വിരേചനം വേണ്ടത്ര നടക്കാത്തതിന്റെ ലക്ഷണങ്ങളാണ്.

ചികിത്സ:

അന്ന് ആഹാരം കഴിക്കാതെ ഉപവസിക്കണം. രണ്ടാമത്തെ ദിവസം മുതൽ സമ്യക് സ്നിഗ്ദ്ധത കാണുന്നതുവരെ സ്നേഹപാനം ചെയ്യിച്ചിട്ട് വീണ്ടും വിരേചനം ചെയ്യണം.

വിരേചനത്തിന്റെ ചില സവിശേഷതകൾ

വമനം, നസ്യം, വസ്തി തുടങ്ങിയ ശോധന ക്രിയകൾ ഒരിക്കലും ശരീരത്തിൽ സ്വയം ഉണ്ടാകുന്നില്ല. അവ പ്രത്യേക ഔഷധങ്ങൾ നല്കി ശരീരത്തിൽ സൃഷ്ടിക്കുന്നു. എന്നാൽ വിരേചനം ശരീരത്തിൽ നിത്യവും സംഭവിക്കുന്ന ഒരു ചേഷ്ടയാണ്.

പ്രകൃതിയിൽത്തന്നെ ഔഷധരൂപത്തിലും ആഹാരരൂപത്തിലും പല ദ്രവ്യങ്ങൾ വിരേചനപ്രക്രിയയെ സഹായിക്കുന്നവയായിട്ടുണ്ട്. നാരുള്ള ആഹാരപദാർത്ഥങ്ങൾ, സ്നേഹദ്രവ്യങ്ങൾ, പടവലം, മുന്തിരി, പേരക്കാ, പാല്, നെല്ലിക്കാ, ആഫ്രിക്കോട്ട്, മധുരക്കിഴങ്ങ് തുടങ്ങിയ ആഹാരപ

---

* കഫാസ്രപിത്ത ക്ഷയ ജാനിലോത്ഥാ സുപ്ത്യ ങ്ശമർദ്ദക്ലമ
വേവന്തദ്യാ
നിദ്രാബലാഭാവതമഃ പ്രവേശാഃ സോന്മാദഹിക്കാശ്ചവിരേചിതേ/തി
ചക്രദത്തം)

ദാർത്ഥങ്ങൾക്കെല്ലാം തന്നെ മലശോധനത്തെ ഉണ്ടാക്കാനുള്ള സവിശേഷ ശക്തിയുണ്ട്. വേണ്ടത്ര വെള്ളം കുടിക്കുന്നതും മലശോധനത്തെ ഉണ്ടാക്കാൻ സഹായിക്കും. ശരീരം നിത്യവും ശീലിക്കുന്ന ഒരു പ്രക്രിയ ആയതുകൊണ്ടാണ് പഞ്ചകർമ്മത്തിലെ വിരേചനയും ഒരിക്കലും അപകടകാരി ആകുന്നത്.

സ്നേഹപാനം കൊണ്ട് ശരീരത്തിന് സ്നിഗ്ദ്ധത വരുത്തിയതിനു ശേഷം വേണം വിരേചനം നിർവ്വഹിക്കാൻ. ഒന്നോ രണ്ടോ ദിവസം മലബന്ധമുണ്ടായാൽ നീർവാളം ചേർത്തുള്ള ഗുളികകൾ വാങ്ങി വിരേചിപ്പിക്കുന്ന രീതി അത്ര ഹിതകരമല്ല.

വിരേചനൗഷധങ്ങൾ

അക്ഷികം	കമ്പിപ്പാല (പാല്)	*Euphorbia tiruealli*
അക്ക്	എരുക്ക് (പാല്)	*Calotropis giganteo* *C procera*
ആമലകി	നെല്ലിക്കാ	*emblica officinalis*
ആരശ്വധ	കണിക്കൊന്ന (ഫലമജ്ജ)	*Cassia fistula*
ഏരണ്ഡം	ആവണക്ക് (തൈലം)	*Ricinus Cummunis*
വിശാല	ചെറിയ കാട്ടുവെള്ളരി (വേര്, ഫലം)	*Cucumis Callosus*
കടുകി	കടുരോഹിണി (വേര്, തണ്ട്)	*Pierorrhiza curroa*
കുമാരി	കറ്റാർവാഴ	*Aloe barbadenisis*
ജയപാല	നീർവാളം	*Croton tinglium*
ത്രിവൃത	ത്രികോല്പക്കൊന്ന	*Operculina Turpethuim*
ദന്തി	നാഗദന്തി	*Baliospermum Montannum*
ദ്രാക്ഷ	മുന്തിരി	*Vitis Vinifera*
ബ്രഹ്മി	ബ്രഹ്മി	*Bacopa Monnieri*
ശംഖുപുഷ്പ	ശംഖുപുഷ്പ	*Clitoria ternatia*
സ്വർണ്ണക്ഷീരി	എരുവക്കള്ളി (പാൽ)	*Argomone maxicana*
സ്നിഗ്ദ്ധജീര	ഇസഫ്ഗോൾ	*Plantago ovata*
ഹരിതമഞ്ജരി	കുപ്പമേനി	*Aealypho indica*
ഹസ്തിദന്തി	ദന്തി	*Croton oblongifolia*
ഹൈമവതി	ബാലവച	*Iris vesicolor*

ത്രായമാന്ന	ത്രായമാണ്ഡം	*Gentiana Kuroo*
കടലാവണക്ക്	ദ്രവന്തി	*Jatrophacurea*
കമ്പിപ്പാല	കുരങ്ങുമഞ്ഞൾ (ഫലത്തിനു മുകളിലെ പൊടി)	*Melotus Philipenesis* *Mallotus Philippensis*
ഹരീതകി	കടുക്കാ	*Terminalia chebula*

6

വസ്തികർമ്മം (Therapeutic Enema)

ചികിത്സയിൽ ശോധന ചികിത്സയും ശോധന ചികിത്സയിൽ വസ്തികർമ്മവുമാണ് ഏറ്റവും ശ്രേഷ്ഠമായ ചികിത്സകൾ. എന്തുകൊണ്ടെന്നാൽ വസ്തി വാതത്തിന്റെ അഗ്ര്യൗഷധമാണ്. ഏറ്റവും ശക്തമായ ദോഷം വാതമാണ്. ശരീരത്തിന്റെ എല്ലാ കർമ്മങ്ങളെയും നിർവ്വഹിക്കുന്നതും നിയന്ത്രിക്കുന്നതും വാതമാണ്. ശരീരത്തിൽ സംഭവിക്കുന്ന ഒട്ടുമുക്കാൽ രോഗങ്ങളുടെയും ഹേതു വാതമാണ്. സ്രോതോരോധങ്ങൾകൊണ്ടും ധാതുക്ഷയംകൊണ്ടും വാതം കോപിക്കുന്നു. ശരീരം സ്രോതസ്സുകളെക്കൊണ്ടു നിറഞ്ഞിരിക്കുന്നു. അനേകായിരം കാരണം കൊണ്ട് ഈ സ്രോതസ്സുകൾക്ക് തടസ്സം സംഭവിക്കുന്നു. നാം മർമ്മങ്ങളായി കാണുന്ന ഹൃദയം, വസ്തി, നാഭി ഇവയെല്ലാം സ്രോതസ്സുകളെക്കൊണ്ടു നിറഞ്ഞിരിക്കുന്നു. ഈ സ്രോതസ്സുകൾ തടസ്സപ്പെടുമ്പോൾ വൃക്കരോഗങ്ങൾ, ഹൃദ്‌രോഗങ്ങൾ, നാഡീരോഗങ്ങൾ ഇവയെല്ലാം സംഭവിക്കുന്നു. ഉടൻ തന്നെ കാര്യമായ ചികിത്സ ചെയ്തില്ലെങ്കിൽ മരണവും ആസന്നമാകുന്നു.

സ്രോതസ്സുകളുടെ ശക്തിയും ശുദ്ധിയുമാണ് ആരോഗ്യം. അതിനാൽ ചലനാത്മകമായ വായുവിനെ, പ്രാണന് ആധാരമായ വായുവിനെ കൂടാതെ കഫത്തെയും പിത്തത്തെയും സദാ കർമ്മോന്മുഖമായി നിലനിർത്തുന്ന വായുവിനെ സ്രോതോശുദ്ധി വരുത്തി ആരോഗ്യത്തോടു നിലനിർത്തുന്ന ചികിത്സ വസ്തി ആയതുകൊണ്ട് വസ്തികർമ്മം സർവ്വ ചികി

---

* വാതോൽബണേഷു ദോഷേഷും വാതേ വാ വസ്തി-
രിഷ്യതേ|
ഉപക്രമാണാം സർവ്വേഷാം സോ$ഗ്രണീ...||
(അ ഹൃ സൂ 19/1)

ത്സയിലും അഗ്രഗണ്യനാണ്. രോഗമുള്ളവരിൽ രോഗത്തിന്റെ ശോധനചികിത്സയ്ക്കായും സ്വസ്ഥനിൽ രോഗം വരാതിരിക്കാനും വസ്തിചികിത്സ ചെയ്യാവുന്നതാണ്.

ശാഖാ, കോഷ്ഠം, മദ്ധ്യമരോഗമാർഗ്ഗങ്ങൾ ഇങ്ങനെ രോഗമാർഗ്ഗങ്ങൾ മൂന്നാണുള്ളത്. ഈ മൂന്ന് രോഗമാർഗ്ഗങ്ങളിലും വ്യാപിച്ച് അവിടെയുള്ള ധാതുക്കളെയും ദോഷങ്ങളെയും കുപിതമാക്കി രോഗങ്ങളെ ഉണ്ടാക്കുന്ന വാതത്തെ ശക്തമായി നിയന്ത്രിക്കാൻ വസ്തി ചികിത്സയ്ക്കു കഴിയും.

വാതം ശ്രോതോരോധംകൊണ്ടും ധാതുക്ഷയംകൊണ്ടും ഉണ്ടാകുന്നുവെന്ന് സൂചിപ്പിച്ചുവല്ലോ. മറ്റ് ശോധനചികിത്സകൾ എല്ലാം തന്നെ ലംഘന ചികിത്സയാണ്. എന്നാൽ, വസ്തിക്ക് ലംഘന ബൃംഹണ കർമ്മങ്ങൾ ചെയ്യാൻ കഴിവുണ്ട്. ഇതിൽ കഷായവസ്തി സ്രോതോശുദ്ധിവരുത്തുന്ന ലംഘനവസ്തിയും, സ്നേഹവസ്തി, ക്ഷീരവസ്തി ഇവയെല്ലാം ബൃംഹണവസ്തികളുമാണ്. ഇവ ധാതുക്ഷയത്തെ ഇല്ലാതാക്കാനും സഹായിക്കുന്നു.

വസ്തി ഭേദങ്ങൾ

കഷായവസ്തി, സ്നേഹവസ്തി, ഉത്തരവസ്തി ഇങ്ങനെ വസ്തി കർമ്മം മൂന്നു തരത്തിലുണ്ട്. പ്രധാനമായും കഷായം ചേർത്തുണ്ടാക്കുന്ന വസ്തിയാണ് കഷായവസ്തി. സ്നേഹദ്രവ്യങ്ങൾകൊണ്ടുള്ള വസ്തിയാണ് സ്നേഹവസ്തി. കഷായവസ്തിക്ക് നിരൂഹവസ്തി, ആസ്ഥാപന വസ്തി എന്നീ പേരുകളും കൂടിയുണ്ട്. സ്നേഹവസ്തിക്ക് അനുവാസന വസ്തി എന്ന പേരും കൂടെയുണ്ട്. നിരൂഹവസ്തിയിൽ കഷായത്തോടൊപ്പം തേനും തൈലവും ഇന്തുപ്പും കൂടിച്ചേർക്കുന്നതിനാൽ അത് എളുപ്പം ശരീരം മുഴുവൻ വ്യാപിക്കുന്നതാകയാൽ യാപനവസ്തി എന്നൊരു പേരുകൂടി ഇതിനുണ്ട്. ലിംഗം, യോനി, മൂത്രമാർഗ്ഗം എന്നീ ലൈംഗിക മൂത്രാവയവങ്ങളിൽ ചെയ്യുന്നതാണ് ഉത്തരവസ്തി.

വസ്തി ചെയ്യുമ്പോൾ ശ്രദ്ധിക്കേണ്ട ചില കാര്യങ്ങൾ

വസ്തികർമ്മങ്ങൾക്ക് രോഗി അർഹനാണോ അല്ലയോ എന്ന് ഉറപ്പ് വരുത്തണം. അർഹൻ ആണെങ്കിൽ മാത്രമേ വസ്തികർമ്മം ചെയ്യാവൂ.

വസ്തി ചെയ്യേണ്ട ആൾ സ്നേഹസ്വേദപൂർവ്വ കർമ്മങ്ങൾ ചെയ്തിരിക്കണം.

---

* അനുവാസരം ഹ ദിയത ഇത്യനുവാസനം (അ.ഹൃ.ഹൃദയ-ബോധിക വ്യാഖ്യാനം)

* തദ്വയസ്ഥാപനാദ്ദോഷസ്ഥാപനാത് വാ-
ആസ്ഥാപനമിതവുചതേ|
(അ. സം. സൂ. 28/6)

* നിരൂഹാദുത്തരേണ വാ മാർഗ്ഗേണ ദിയത ഇത്യുത്തരവസ്തി:||
(അ. സം. സൂ. 28/9)

* ശരീരാരോഹണാത് ദോഷ നിർഹരണാത് അചിന്ത്യവീര്യ
പ്രഭാവതയാ ചാസ്ചിന്നൂഹാസംഭവാത് നിരൂഹ ഇതി (അ.സം.സൂ. 28/6)

ദോഷം, ദൂഷ്യം, ബലം, കാലം, ദേശം, സാത്മ്യം, അഗ്നി, സത്വാദി ഗുണങ്ങൾ, വയസ്സ്, ആഹാരം ഇവയെപ്പറ്റിയെല്ലാം രോഗിയിൽനിന്ന് ഭിഷഗ്വരൻ പൂർണ്ണ വിവരം അറിയുകയും അതനുസരിച്ച് വസ്തിക്കുള്ള ഔഷധമാത്രയും പഥ്യാഹാരക്രമങ്ങളും നിശ്ചയിക്കണം.

വസ്തിക്കുള്ള ഔഷധങ്ങൾ എടുക്കുമ്പോൾ കുറെ കൂടുതൽ ഔഷധം എടുക്കണം. ആദ്യ വസ്തിയുടെ ഔഷധം ഏതെങ്കിലും വിധത്തിൽ നഷ്ടപ്പെട്ടാൽ മറ്റൊരു വസ്തി ഉടൻ കൊടുക്കാൻ വൈദ്യൻ സജ്ജമായിരിക്കണം. വസ്തിവ്യാപത്തിൽ ചെയ്യേണ്ട കാര്യങ്ങൾ അറിഞ്ഞിരിക്കണം. അതിന് ആവശ്യമായ വസ്തുക്കൾ കരുതി വെക്കണം. കഷായ വസ്തി അല്പം പ്രയാസമുള്ള കർമ്മമാണ്. ഇതു ചെയ്യുമ്പോൾ ഈ കാര്യത്തിൽ ഏറെ ജ്ഞാനമുള്ള മറ്റൊരു ഭിഷഗ്വരനെക്കൂടി കൂടെ കൂട്ടണം. ഒരാൾക്കുപയോഗിച്ച വസ്തിയന്ത്രവും വസ്തിനേത്രവും മറ്റൊരാൾക്ക് ഉപയോഗിക്കാൻ പാടില്ല.

സ്നേഹവസ്തി

രൂക്ഷസ്വഭാവമുള്ള കേവലവാതത്തിലാണ്. സ്നേഹവസ്തി പ്രധാനമായും ചെയ്യുന്നത്. സ്നേഹനം, സ്വേദനം, വമനം, വിരേചനം ഈ കർമ്മങ്ങളെല്ലാം കഴിഞ്ഞവരിലും കഷായവസ്തിക്ക് മുന്നോടിയായും സ്നേഹവസ്തി പ്രധാനമായും ചെയ്തുവരുന്നു. സ്നേഹവസ്തിക്ക് അനുവാസന വസ്തി എന്നൊരു നാമം കൂടി ഉണ്ട്. അനുവാസനം എന്നാൽ, ആഹാരം കഴിച്ചതിനുശേഷം ചെയ്യുന്നത് എന്നാണർത്ഥം. കഷായ വസ്തിക്ക് അർഹത ഉള്ളവരെല്ലാം സ്നേഹവസ്തിക്കും അർഹരാണ്.

സ്നേഹവസ്തിക്ക് അർഹന്മാർ

വാതകോപമുള്ളവരും അത്യഗ്നി ഉള്ളവരും രൂക്ഷന്മാരും വിശേഷിച്ച് സ്നേഹവസ്തിക്ക് അർഹന്മാരാണ്. കൂടാതെ ഗുൽമം, ആനാഹം, സന്ധിവാതം, പ്ലീഹാരോഗങ്ങൾ, ശുദ്ധാതിസാരം, ശൂല, ജീർണ്ണജ്വരം, പ്രതിശ്യായം, മലബന്ധം, അശ്മരി, ആർത്തവ നാശം തുടങ്ങിയ മറ്റു വാതരോഗങ്ങളിലും സ്നേഹവസ്തി ചെയ്യാവുന്നതാണ്.

സ്നേഹവസ്തിക്ക് അനർഹന്മാർ

കഷായവസ്തിക്ക് അർഹത ഇല്ലാത്തവർക്ക് സ്നേഹവസ്തിയും വർജ്ജ്യമാണ്. കൂടാതെ വിളർച്ച രോഗം, കാമല, മഞ്ഞപ്പിത്തം, പ്രമേഹം, പീനസം, പ്ലീഹരോഗം, മലബന്ധം, അതിസാരം, വിശന്നിരിക്കുന്നവർ, ഗുരു കോഷ്ഠന്മാർ, കഫോദരം, അഭിഷ്യന്ദം എന്ന നേത്രരോഗം,

---

* ആസ്ഥാപ്യ ഏവ ചാന്വാസ്യാ വിശേഷാത്/തിവഹനയ:||
രൂക്ഷാ, കേവലവാതാർത്താ... (അ.ഹൃ.സൂ. 19/6)

കൃശന്മാർ, അതിസ്ഥൂലന്മാർ, ഉദരകൃഷി, ഊരുസ്തംഭം, ആഢ്യവാതം, കൂട്ടുവിഷം, മറ്റു വിഷങ്ങൾ ഏറ്റവർ, ശ്ലീപദം, ഗളഗണ്ഡം എന്നീ രോഗങ്ങൾ ഉള്ളവരും സ്നേഹവസ്തി ചെയ്യാൻ പാടില്ല.

സ്നേഹവസ്തിയുടെ മാത്ര

സ്നേഹവസ്തിയുടെ മാത്രയെപ്പറ്റി പല അഭിപ്രായങ്ങളുണ്ട്. കഷായവസ്തിയുടെ നാലിലൊന്നാണ് സ്നേഹവസ്തിയുടെ മാത്ര എന്നൊരു അഭിപ്രായമുണ്ട്. ഇതനുസരിച്ച് 6 പലം തൈലം ഉത്തമമാത്രയും, 3 പലം തൈലം മദ്ധ്യമമാത്രയും $1^1/2$ പലം ഹ്രസ്വമാത്രയായും ചക്രദത്തത്തിൽ വിവരിക്കുന്നു. എന്നാൽ, ഇത് അല്പമൊന്ന് തിരുത്തിയാണ് വൈദ്യന്മാർ പ്രാവർത്തികമാക്കുന്നത്. ഉത്തമ മാത്ര 6 എന്നിടത്ത് 2 പലവും മദ്ധ്യമ മാത്ര 3 എന്നിടത്ത് ഒരു പലവും ഹ്രസ്വമാത്ര $1\,^1/2$ എന്നിടത്ത് 6 കഴഞ്ചും (30 എം എൽ) എടുത്തിട്ട് ക്രമേണ വർദ്ധിപ്പിച്ച് വർദ്ധിപ്പിച്ച് കൊണ്ടുവരണം. ഇവിടെ ഒരു പലം എന്നത് 48 എം എൽ ആണെന്ന് മനസ്സിലാക്കണം.

സ്നേഹവസ്തി എങ്ങനെ ചെയ്യണം

ശരീരത്തിൽ എണ്ണതേച്ച് ഇളം ചൂടുവെള്ളത്തിൽ കുളിച്ച്, ഉച്ചഭക്ഷണം കഴിക്കണം. സാധാരണയായി കഴിക്കുന്നതിന്റെ 1/4 കുറച്ച്, ഹിതവും ലഘുവുമായ ആഹാരം കഴിക്കണം. ആഹാരം അതിസ്നിഗ്ദ്ധവും അതിരൂക്ഷവും ആകാൻ പാടില്ല. ആഹാരശേഷം 1/2 മണിക്കൂർ കഴിഞ്ഞ് മല-മൂത്രവിസർജ്ജനത്തിനുശേഷം സ്നേഹവസ്തി ചെയ്യാവുന്നതാണ്.

രോഗിയെ ഇടത്തോട്ട് ചരിച്ച് കിടത്തണം. മുകളിലത്തെ കാൽമുട്ട് മടക്കി മുന്നോട്ട് വയറിനോട് ചേർത്ത് വയ്ക്കണം. അടിയിലുള്ള ഇടത്തേക്കാൽ മടക്കാതെ നിവർത്തി വേണം കിടക്കാൻ. തലയിണ വെക്കാൻ പാടില്ല.

വൈദ്യൻ കൈയുറ ധരിച്ച് വലതുകൈയുടെ ചുണ്ടുവിരൽ കൊണ്ട് ഗുദപരിശോധന നടത്തി. ഗുദത്തിൽ തടസ്സങ്ങൾ ഒന്നുമില്ലെന്ന് ഉറപ്പുവരുത്തിയശേഷം ഒരു വലിയ (100 എം എൽ) സിറിഞ്ചിൽ (Glycerine syringe) ഔഷധം നിറച്ച് അതിനുള്ളിലെ വായു പൂർണ്ണമായും ഞെക്കിക്കളയുക. സിറിഞ്ചിന്റെ നേർത്ത അഗ്രത്ത് എണ്ണ തേച്ച് സ്നിഗ്ദ്ധത വരുത്തിയ ശേഷം സാവധാനം ഗുദത്തിൽ കയറ്റുക. അതിനു ശേഷം ഇടതു

---

* ....പാണ്ഡുകാമലാ മേഹ പീനസാ
നിരന്നപ്ലീഹവിഡ്ഭേദി ഗുരുകോഷ്ഠകഫോദരി
അഭിഷ്യന്ദി കൃശസ്ഥൂല കൃമി കോഷ്ഠാഢ്യമാരുത
പിതേ ഗരേ വിഷേ അപച്യാം ശ്ലീപദഗളഗണ്ഡവാൻ
(അ ഹ സൂ 19/6-8)

* യഥായഥം നിരൂപസ്യ പാദോ മാത്രാനുവാസനേ
(അ ഹൃ സൂ 19/19)

കൈകൊണ്ട് സിറിഞ്ച് അനങ്ങാത്ത രീതിയിൽ ഉറപ്പിച്ച് പിടിച്ചിട്ട് വലതു കൈകൊണ്ട് സ്നേഹദ്രവ്യം ഞെക്കി ഗുദത്തിൽ കയറ്റുക. അധികം വേഗത്തിലും വളരെ പതുക്കെയും ഔഷധം ഞെക്കി ഉള്ളിലേക്ക് കയറ്റാൻ പാടില്ല. ഔഷധം കയറി എന്നു കണ്ടാൽ സിറിഞ്ച് എടുത്തിട്ട് രോഗിയെ മലർത്തിക്കിടത്തി വയറ് വലത്തോട്ട് ചുറ്റി തടവുക.

വസ്തിദ്രവ്യം

രോഗത്തിനനുസരിച്ച് കാച്ചിയ തൈലം തെരഞ്ഞെടുക്കണം. ധന്വന്തരം തൈലം, ബലാതൈലം, നാരായണതൈലം, സഹചരാദി തൈലം തുടങ്ങിയ തൈലങ്ങൾ മൃദുപാകത്തിൽ കാച്ചിയെടുത്താണ് വസ്തികർമ്മത്തിന് ഉപയോഗിക്കുന്നത്.

വസ്തി കഴിഞ്ഞ ഉടനെ സ്നേഹദ്രവ്യം പുറത്ത് പോയാൽ ഉടനെ മറ്റൊരു വസ്തി കൂടി ചെയ്യണം. കുറച്ച് കഴിഞ്ഞാണ് വസ്തി ദ്രവ്യം പുറത്തു പോകുന്നതെങ്കിൽ ദീപ്താഗ്നി ഉള്ള ആൾ ആണെങ്കിൽ, വൈകുന്നേരം ലഘുഭക്ഷണം കഴിക്കാവുന്നതാണ്. വസ്തിദ്രവ്യം പുറത്തു പോകുന്നതിനുള്ള പരമാവധി സമയം 9 മണിക്കൂർ ആണ്. 9 മണിക്കൂർ (3 യാമം) കഴിഞ്ഞിട്ടും ഔഷധം പുറത്തുപോയില്ലെങ്കിൽ ഒരു അഹോരാത്രം (24 hr) കൂടി കഴിയുന്നതുവരെ കാത്തിരിക്കണം. അതിനുശേഷവും ദ്രവ്യം പുറത്ത് പോയില്ലെങ്കിൽ ഒരു ഫലവർത്തി വെക്കണം. അതുകൊണ്ടും പുറത്ത് പോകുന്നില്ലെങ്കിൽ ഒരു തീക്ഷ്ണ വസ്തി നല്കി (ഗോമൂത്രവും മറ്റും ചേർത്ത്) വെളിയിൽ കളയണം.

മാത്രാവസ്തി

സേനഹവസ്തിക്ക് മാത്രാവസ്തി എന്നൊരു ഭേദം കൂടിയുണ്ട്. സ്നേഹവസ്തിക്ക് കൊടുക്കുന്ന സ്നേഹദ്രവ്യത്തിന്റെ ഏതാണ്ട് പകുതി അളവിലാണ് മാത്രാവസ്തി ചെയ്യുന്നത്. സ്നേഹവസ്തി തന്നെ 2 പലം ദ്രവ്യം കൊണ്ടും 1 $^{1}/_{2}$ പലം ദ്രവ്യം കൊണ്ടും 1 പല ദ്രവ്യം കൊണ്ടും ചെയ്യുന്നുണ്ട്. ഈ സ്നേഹവസ്തികൾ എല്ലാം തന്നെ രോഗിയുടെ ശരീരശക്തി, പ്രായം, അഗ്നിബലം ഇവയെ അധിഷ്ഠാനമാക്കിയാണ് നിശ്ചയിക്കുന്നത്. വളരെ ബലഹീനരായവരിലാണ് മാത്രാവസ്തി നല്കുന്നത്. അതുകൊണ്ട് അർദ്ധപലം കൊണ്ട് മാത്രാവസ്തി (24 ml) തുടങ്ങണമെന്നാണ് ഡൽഹണൻ അഭിപ്രായപ്പെടുന്നത്. ഓരോ വസ്തി കഴിയുന്തോറും അളവ് കൂട്ടി കൂട്ടി കൊണ്ടു വരാം.

---

* ഷട്പലീച ഭവേത് ശ്രേഷ്ഠാമദ്ധ്യതിപലാദ്
കനീയസീ സാദ്ധ പലാ ത്രിധാമാത്രാനുവാസനേ (ചക്രദത്തം)

കഷായവസ്തി

ഇതിന് നിരൂപവസ്തി എന്നും ആസ്ഥാപനവസ്തി എന്നും പേരുകളുണ്ട്. ശരീരത്തെ ശുദ്ധീകരിച്ച് ശരീരത്തിന് ലാഘവം ഉണ്ടാക്കുകയും സ്രോതോശുദ്ധി വരുത്തുകയുമാണ് കഷായവസ്തികൊണ്ട് കാര്യമായി ഉദ്ദേശിക്കുന്നത്. നിരൂഹം എന്ന വാക്കിന് 'ദോഷങ്ങളെ വെളിയിൽ കളയുക' എന്നും ആസ്ഥാപനമെന്നതിന് 'അതാതു ദോഷങ്ങളെ അവയുടെ സ്ഥാനത്ത് സ്ഥാപിക്കുന്നത്' എന്നുമാണ് അർത്ഥം.

കഷായവസ്തി ചെയ്യാൻ പാടില്ലാത്തവർ

അധിക സ്നിഗ്ദ്ധത ഉള്ളവർ, കൊഴുപ്പുള്ള ആഹാരം അധികം കഴിച്ചിരിക്കുന്നവർ, ദോഷങ്ങൾ കുപിതമായിരിക്കുന്നവർ, അല്പാഗ്നി ഉള്ളവർ, യാത്ര ചെയ്ത് ക്ഷീണിച്ചിരിക്കുന്നവർ, വളരെ ദുർബ്ബലന്മാർ, കുട്ടികൾ (15 വയസ്സിന് കീഴിലുള്ളവർ), വൃദ്ധന്മാർ (65 വയസ്സിന് മുകളിൽ പ്രായമുള്ളവർ), അധിക ദാഹവും അധികവിശപ്പും ഉള്ളവർ, പരിശ്രമം ചെയ്ത് തളർന്നിരിക്കുന്നവരും, അതികൃശന്മാർ, ഛർദ്ദിപ്പിക്കാനും വിരേചിപ്പിക്കാനും ഔഷധം കഴിച്ചിരിക്കുന്നവർ, ഭയമുള്ളവരും അധികദുഃഖമുള്ളവരും അതിസ്ഥൂലന്മാരും കഷായവസ്തി ചെയ്യാൻ പാടില്ല. ശ്വാസകോശരോഗികളും കുഷ്ഠരോഗികളും മധുമേഹരോഗികളും ഗർഭിണികളും കഷായവസ്തി ചെയ്യാൻ പാടില്ല.

കഷായവസ്തിക്ക് അർഹരായിട്ടുള്ളവർ

സർവ്വാംഗവാതം, ഏകാംഗവാതം, ഉദരരോഗം, ഗുൽമം, ആധ്മാനം, ശുക്രരോഗങ്ങൾ, ആർത്തവരോഗങ്ങൾ, ശരീരത്തിൽ മരവിപ്പ്, ഉദരകൃമി, സന്ധിവാതം, ഹൃദ്രോഗം, ഉന്മാദം, അപസ്മാരം, ആമവാതം, കടീഗ്രഹം, നീണ്ടു നില്ക്കുന്ന ജ്വരം, നീണ്ടു നില്ക്കുന്ന അതിസാരം, തലവേദന, മൂത്രകൃച്ഛ്റം, മൂത്രാശ്മരി, 80 തരം വാതവ്യാധികൾ, വൃദ്ധി, വാത-കഫ വികാരങ്ങൾ, വാതത്ത്തം, വാത-പിത്തവികാരങ്ങൾ, ആന്ത്രകൂജനം, പ്ലീഹാരോഗം, ശുദ്ധാതിസാരം, മലബന്ധം, പ്രതിശ്യായം ഇവയിലും കഷായ വസ്തി ചെയ്യാവുന്നതാണ്.

വാതരോഗങ്ങളിൽ പലതിലും കേവലം കഷായവസ്തിമാത്രം ചെയ്തുകൊണ്ടിരുന്നാൽ വാതം കോപിക്കാനും ധാതുക്ഷയം സംഭവിക്കാനും സാദ്ധ്യതയുണ്ട്. അതുപോലെ സ്നേഹവസ്തി മാത്രം ചെയ്തു

* ഹ്രസ്വയാ സ്നേഹപാനസ്യ മാത്രയാ യോജിത: സമ:||
മാത്രാവസ്തി: സ്മൃത: സ്നേഹ: ശീലനീയ: സദാ ച സ:||
ബാലവൃദ്ധാധ്വഭാരസ്ത്രീ വ്യായമാസക്ത ചിന്തകൈ:
വാതഭഗ്നാബലാൽപാഗ്നി നൃപേശ്വര സുഖാത്മഭി:
ദോഷഘ്നോ നിഷ്പരീഹാരോ ബല്യ: സൃഷ്ടമല: സുഖ:
(അ. ഹൃ. സൂ. 19/67-69)

കൊണ്ടിരുന്നാൽ കഫം വർദ്ധിപ്പിക്കാനും സാദ്ധ്യത ഏറും. അതുകൊണ്ട് സ്നേഹവസ്തിക്കുശേഷം കഷായവസ്തിയും അതിനുശേഷം വീണ്ടും സ്നേഹവസ്തിയും ഇങ്ങനെ സ്നേഹ-കഷായ വസ്തികൾ ഇടകലർത്തി കുറേ ദിവസം തുടർച്ചയായി ചെയ്യുന്നതാണ് നല്ലത്. ഇങ്ങനെ ഇടവിട്ടിട വിട്ട് കഷായ-സ്നേഹ-വസ്തികൾ ചെയ്യുന്നരീതിയെ ആവർത്തന വസ്തി കൾ ചെയ്യുന്ന രീതിയെ ആവർത്തന വസ്തികൾ എന്നു പറയുന്നു.

കഷായവസ്തിയുടെ കൂട്ട്

തേൻ
ഉപ്പ് (ഇന്തുപ്പ്)
എണ്ണ
കൽക്കം
കഷായം

ഇവിടെ കഷായത്തിന്റെയും എണ്ണയുടെയും പേര് പറഞ്ഞിട്ടില്ല. രോഗിയെയും രോഗത്തെയും മനസ്സിലാക്കിയിട്ട് ഉചിതമായ കഷായവും എണ്ണയും തെരഞ്ഞെടുക്കാം. രോഗിയുടെ ശക്തിക്കനുസരിച്ച് മുകളിൽ പറഞ്ഞ അളവ് വർദ്ധിപ്പിക്കുകയും കുറയ്ക്കുകയും ചെയ്യാം. ഗോമൂത്രം, മാംസരസം, പാല് ഇവ ഉചിതമായി ചേർക്കാം.

കഷായവസ്തിക്കുള്ള കൂട്ട് യോജിപ്പിക്കേണ്ട രീതി

ഒരു മോർട്ടറിൽ ഇന്തുപ്പിട്ട് നല്ലതുപോലെ പൊടിച്ചെടുക്കുക. അതിൽ തേൻ കുറേശ്ശെക്കുറേശ്ശെ ഒഴിച്ച് നല്ലതുപോലെ അരച്ച് യോജിപ്പിക്കുക. അതിനുശേഷം എണ്ണ കുറേശ്ശെ ഒഴിച്ച് അരച്ചു യോജിപ്പിക്കുക. പിന്നെ കൽക്കം അതിൽ ഇട്ട് അരച്ചു യോജിപ്പിക്കുക. അവസാനം ഈ മോർട്ട റിൽ ഉള്ള ഇന്തുപ്പ്-തേൻ-കല്ക്കം-എണ്ണ അടങ്ങുന്ന mix ൽ കഷായം കുറേശ്ശെ ചേർത്ത് അരച്ച് യോജിപ്പിക്കുക.

കഷായവസ്തി ചെയ്യേണ്ട രീതി

സ്നേഹവസ്തിക്കു ശേഷമാണ് കഷായവസ്തി ചെയ്യേണ്ടത്. സ്നേഹവസ്തി ചെയ്തതിന്റെ മൂന്നാം ദിവസമോ അഞ്ചാം ദിവസമോ ആണ് കഷായവസ്തി ചെയ്യേണ്ടത്. പകലിനെ 4 മണിക്കൂർ വീതമുള്ള മൂന്നു ഘട്ടങ്ങളായി തിരിക്കുന്നു. പൂർവ്വാഹ്നം, മദ്ധ്യാഹ്നം, അപരാഹ്നം

---

* നിരൂഹോ ശോധനോ ലേഖി...
ഉത്ക്ലേശനം ശുദ്ധികരം ദോഷാണാംക്രമാത് (സു.ചി.35/9)

* നിരൂഹവസ്തിർ ബഹുധാദിദ്യതേ കാരണാ
തൈരേവ തസ്വ നാമാനി കൃതാനിമുതിവ്യംഗവൈഃ
നിരൂഹസ്യാപരം നാമ പ്രോക്തമാസ്ഥാപനം ബുധൈ:
സ്വസ്ഥാന സ്ഥാപനാദ്ദോഷ ധാതൂനാം സ്ഥാപനം മതഃ
(ശാർങധര സംഹിതാ)

എന്നാണ് ഇവയുടെ പേരുകൾ. രാവിലെ 6 മണിക്കു തുടങ്ങുന്ന പൂർവ്വാഹ്നം പകൽ 10 മണിക്ക് അവസാനിക്കുന്നു. പത്തുമണിക്കുശേഷം 11 മണിക്കുള്ളിൽ വസ്തികൊടുക്കാം. വസ്തി കൊടുക്കുന്നതിനു മുമ്പ് മലമൂത്ര വിസർജ്ജനങ്ങൾ സാധിച്ചിരിക്കണം. വെറും വയറ്റിൽ വേണം വസ്തി നല്കാൻ. വസ്തി കൊടുക്കുന്നതിനു മുൻപ് ചെറുതായി അഭ്യംഗം ചെയ്യുകയോ ചെറുതായി ആവി കൊടുക്കുകയും വേണം. വസ്തി ദ്രവ്യം ചൂടുവെള്ളത്തിൽ ഒരു പാത്രത്തിലാക്കി ഇറക്കിവെച്ച് അല്പം ചൂടാക്കണം. തണുപ്പ് മാറിയശേഷം വസ്തിദ്രവ്യം ഒരു Polythene കവറിലാക്കി വസ്തി നേത്രം, അതിനുള്ളിലേക്കിറക്കി, .താഴത്തെ കർണ്ണിക കഷായത്തിൽ തൊട്ടിരിക്കുന്ന രീതിയിൽ വച്ച് ഒരു ചരട് കൊണ്ട് ചുറ്റിക്കെട്ടണം. നന്നായിട്ട് കെട്ടിയില്ലെങ്കിൽ വസ്തിദ്രവ്യം പുറത്തുപോകാൻ സാദ്ധ്യതയുണ്ട്. വസ്തിദ്രവ്യം നിറച്ച് കവറിൽ ഞെക്കി കുറച്ച് വസ്തി ദ്രവ്യം പുറത്തുകളയണം. ഇങ്ങനെ ചെയ്താൽ വായുവിനെ പുറത്തു കളയാൻ സാധിക്കും.

രോഗിയെ മുൻപു വിവരിച്ചപോലെ കിടത്തുക. വസ്തിനേത്രത്തിന്റെ അറ്റത്ത് എണ്ണ പുരട്ടിയ ശേഷം വലതു കൈയിലെ ചൂണ്ടുവിരൽ കൊണ്ട് അറ്റത്ത് അമർത്തിപ്പിടിക്കണം. തുടർന്ന് വസ്തിനേത്രം ഗുദത്തിൽ കയറ്റി വസ്തി ഔഷധം തള്ളി അകത്തേക്ക് കടത്തുന്ന സമയത്ത് രോഗി മൂക്കുകയോ മൂളുകയോ ചുമയ്ക്കുകയോ തുമ്മുകയോ ഒന്നും ചെയ്യാൻ പാടില്ല. വസ്തിദ്രവ്യം അകത്തായാൽ ഒരു മിനിട്ടിനും 5 മിനിട്ടിനും ഇടയിൽ മലവേഗം ഉണ്ടാകം. അതുകൊണ്ട് വസ്തി ചെയ്യുന്ന മുറിയുടെ സമീപത്തായി തന്നെ ടോയ്‌ലറ്റ് ഉണ്ടായിരിക്കണം.

കഷായ വസ്തിക്കു ശേഷം ആചരിക്കേണ്ട കാര്യങ്ങൾ

കഷായവസ്തി ചെയ്താൽ വളരെ വേഗം മലം പോകും. മലവും വസ്തി ഔഷധവും പൂർണ്ണമായി പോയെന്നു കണ്ടാൽ ചുടുവെള്ളത്തിൽ കുളിച്ചിട്ട് വയറുനിറയെ ചോറുണ്ണണം. പകലുറങ്ങാൻ പാടില്ല. ശാരീരികമായ കഠിനാദ്ധ്വാനമൊന്നും ചെയ്യാൻ പാടില്ല. ദഹിക്കുന്നതും സാത്മ്യമായിട്ടുള്ളതുമായ ആഹാരം മാത്രമേ കഴിക്കാൻ പാടുള്ളൂ. കേവലവാതക്കാരും ദുർബ്ബലരും നെയ്ചേർത്തും മാംസരസം സേവിക്കണം.

വസ്തിദ്രവ്യം വെളിയിൽ പോയില്ലെങ്കിൽ ചെയ്യേണ്ടത്

എണ്ണതേച്ച് വിയർപ്പിച്ച ശേഷം മലങ്കാരയ്ക്ക കൊണ്ടുണ്ടാക്കിയ വർത്തി തിരി ഗുദത്തിൽ തിരുകിവെച്ച് മലവേഗത്തെ ഉണ്ടാക്കണം. അതിനുശേഷം വില്വാദികഷായത്തിൽ ഗോമൂത്രം ചേർക്കുകയും കടുക് തുടങ്ങിയവ അരച്ച് ചേർത്ത് കഷായവസ്തി ചെയ്യണം. അതിനുശേഷം ധന്വന്തര തൈലം കൊണ്ട് സ്നേഹവസ്തിയും ചെയ്യണം. വസ്തിദ്രവ്യം പുറത്തു പോകാതെ പരമാവധി ഒരു മുഹൂർത്തം (48 മിനിട്ട്) വരെ ശരീര

ത്തിൽ നിർത്താവുന്നതാണ്. അതിനുശേഷവും പോയില്ലെങ്കിൽ മേൽപ്പറഞ്ഞവ ചെയ്ത് വസ്തിദ്രവ്യം പുറത്തു കളയണം.

മോഹാലസ്യം മുതലായ വസ്തി വ്യാപത്തിൽ ചെയ്യേണ്ട ചികിത്സ

കഷായ വസ്തിയുടെ ഔഷധദ്രവ്യം വെളിയിൽ പോകാതെ മുകളിലേക്ക് പോയി വായിലൂടെയും മൂക്കിലൂടെയും ചെവിയിലൂടെയും വെളിയിൽ വരുകയും രോഗി മോഹാലസ്യപ്പെടുകയും ചെയ്താൽ രോഗിയുടെ ബോധം തിരികെ കിട്ടാനുള്ള എല്ലാംചെയ്യണം. മുടിക്ക് കുത്തിപ്പിടിച്ച് രോഗിയുടെ തല ഉയർത്തുക. മൂക്ക് അല്പനേരത്തേക്ക് അടച്ച് കുറച്ചു നേരത്തേക്ക് ശ്വാസം മുട്ടിക്കുക. കുരുമുളക് പൊടി നസ്യം ചെയ്യുക ഇവ കൊണ്ടെല്ലാം ബോധം തിരികെ കിട്ടണം. കടുക്കപ്പൊടിയും അവിപത്തി ചൂർണ്ണവും ഗോമൂത്രത്തിൽ കലക്കി കൊടുക്കുമ്പോൾ കീഴോട്ടുള്ള മല വേഗം ശക്തമാകുമ്പോൾ വസ്ത്യൗഷധം കീഴോട്ട് ഇറങ്ങാൻ തുടങ്ങും. രോഗിയുടെ ശരീരം തിരുമ്മുക, വയറുതിരുമ്മുക, വീശുക ഇവയെല്ലാം ചെയ്തുകൊണ്ടിരുന്നാൽ മോഹാലസ്യം മാറുകയും വിരേചനമുണ്ടാകുകയും ചെയ്യും. രോഗിക്ക് ഓർമ്മ വന്നാൽ രോഗിയെ ഇരുത്തുകയാണ് വേണ്ടത്.

കഷായവസ്തി ചെയ്യാനുള്ള ഉപകരണങ്ങൾ

വസ്തി എന്ന പേരു തന്നെ ലഭ്യമായത് ആടിന്റെയോ പശുവിന്റെയോ എരുമയുടെയോ വസ്തി (Bladder) ശുദ്ധി ചെയ്ത് ഉണക്കി ഈ കർമ്മത്തിന് ഉപയോഗിക്കുന്നതുകൊണ്ടാണ്. ഇന്ന് ഈ വസ്തിക്കുപകരം ഉപയോഗിക്കുന്നത് നല്ല ബലമുള്ള പോളിത്തീൻ കവറുകളാണ്. 8 ഇഞ്ച് വീതിയും 12 ഇഞ്ച് നീളവുമുള്ള ഒരു കവറുമതിയാകും കഷായവസ്തിക്ക്. ഈ പോളിത്തീൻ കവറാകുമ്പോൾ അതിന് തുച്ഛമായ വില മാത്രമുള്ളതിനാൽ ഓരോ വസ്തിക്കുശേഷവും അത് ഉപേക്ഷിച്ചിട്ട് മറ്റൊരു വസ്തിക്ക് പുതിയ കവർ ഉപയോഗിക്കാം.

വസ്തി നേത്രം

സ്വർണ്ണം, വെള്ളി, പിത്തള, തുടങ്ങിയ ലോഹങ്ങൾകൊണ്ടായിരുന്നു മുൻകാലങ്ങളിൽ

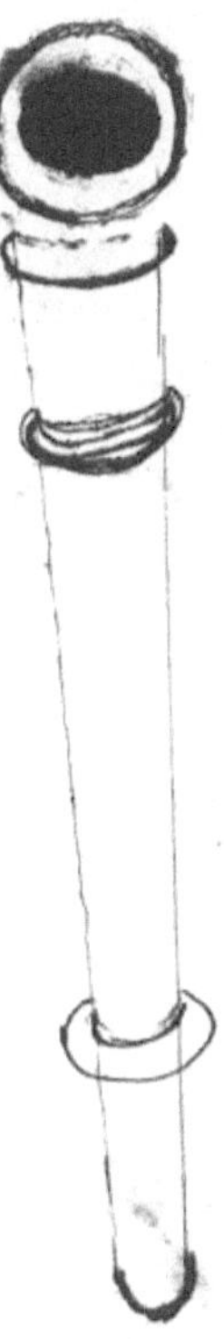

വസ്തി നേത്രം

സ്നേഹവസ്തിയും കഷായവസ്തിയും ചെയ്തിരുന്നത്. ഈ വസ്തിനേത്രത്തിന് ഏതാണ്ട് 6 1/2 ഇഞ്ചോളം നീളമാണ്. അതിന് മൂന്ന് കർണ്ണികകളും ഉണ്ടാകും ആദ്യത്തെ കർണ്ണിക അഗ്രഭാഗത്തുനിന്നും ഏതാണ്ട് 3 ഇഞ്ച് മുകളിൽ ആയിരിക്കും. ഈ കർണ്ണികയ്ക്ക് കീഴോട്ടുള്ള അഗ്രഭാഗം ഗുദത്തിലേക്ക് പോകാനുള്ളതാണ്. മറ്റു കർണ്ണികകൾ പിടിക്കാനുള്ള സൗകര്യത്തിനും വസ്തികെട്ടാനും വേണ്ടിയുള്ളതാണ്. ഇപ്പോൾ ലോഹനിർമ്മിതമായ വസ്തിനേത്രത്തിനു പകരം പ്ലാസ്റ്റിക്ക് കൊണ്ടുള്ള വസ്തിനേത്രങ്ങളാണ് ഉപയോഗിക്കുന്നത്. ഇതിന് വിലക്കുറവുകാരണം ഒരാൾക്ക് ഉപയോഗിച്ചതിനുശേഷം ഈ വസ്തി നേത്രം ഉപേക്ഷിക്കാം. മറ്റൊരാൾക്ക് അത് ഉപയോഗിക്കേണ്ടതില്ല. Aids (HIV+) തുടങ്ങിയ പകരുന്ന രോഗമുള്ള ഈ കാലത്ത് ദീർഘകാലം പല രോഗികളിൽ ഉപയോഗിക്കുന്ന ലോഹവസ്തി നേത്രത്തേക്കാൾ ഇങ്ങനെ ഓരോ രോഗിയുടെയും ഉപയോഗത്തിനുശേഷം ഉപേക്ഷിക്കാൻ പറ്റുന്ന പ്ലാസ്റ്റിക് വസ്തി നേത്രമാണ് നല്ലത്.

കഷായവസ്തിദ്രവ്യം നിറയ്ക്കുന്ന രീതി

നല്ലതുപോലെ വിധിപ്രകാരം യോജിപ്പിച്ച വസ്തിദ്രവ്യം പൊളിത്തീൻ കവറിൽ ഒഴിക്കുക. വസ്തിനേത്രം ആ കഷായദ്രവ്യത്തിന്റെ മദ്ധ്യത്തായി കഷായത്തിൽ അല്പം ഇറക്കി നിർത്തിയിട്ട് പോളിത്തീൻ കവറിന്റെ ശേഷിച്ച ഭാഗത്തിന്റെ അടിഭാഗം വസ്തിനേത്രത്തിന്റെ ചുറ്റും യോജിപ്പിച്ച് നിർത്തി ബലമായി കെട്ടുക. ഇങ്ങനെ കെട്ടുമ്പോൾ വസ്തിനേത്രത്തിലേക്ക് വസ്തിദ്രവ്യം കയറി വരത്തക്കവിധം വസ്തി, വസ്തിദ്രവ്യത്തിനുള്ളിലേക്ക് വസ്തി നേത്രം ഇറങ്ങിയിരിക്കണം. ഇങ്ങനെ ദ്രവ്യം വസ്തി നേത്രത്തിൽ ഇറങ്ങി വന്നാലേ അതിലുള്ള വായു വെളിയിൽപോകു. അതിനുശേഷം വസ്തി നേത്രത്തിന്റെ അഗ്രത്തുകൂടെ കഷായം വെളിയിൽ പോകാതെ അതിന്റെ അഗ്രം വിരൽകൊണ്ട് അമർത്തിപ്പിടിച്ചിട്ട് ഗുദത്തിലേക്ക് വെക്കുന്ന സമയത്ത് വിരൽ എടുക്കുക.

കഷായവസ്തി ഭേദങ്ങൾ

ഉത്ക്ലേശവസ്തി, ശോധനവസ്തി, അർദ്ധമാത്രവസ്തി, ക്ഷാരവസ്തി, വാതഹരവസ്തി, പിത്തഹരവസ്തി, കഫഹര വസ്തി, യാപന വസ്തി,

---

* വസ്തയശ്ചാബന്ധ്യാ മൃദവോ നാതിബഹളാദൃഢാ
പ്രമാണവന്തോ ഗോമഹിഷ വരാഹാജോരഭ്രാണാം
(സു സം ചി 35/13)

* തയോസ്തു നേത്രം ഹേമാദിധാതു ദാർവി
അസ്ഥി വേണുജം
ഗോപുച്ഛാകാരമച്ഛിദ്രം ശ്ലക്ഷണ ഋജ്ജു ഗുളി കാമുഖം
(അ ഹൃ 19/9)

ശമനവസ്തി, വൈതരണവസ്തി, പിച്ഛിലവസ്തി, യാപനവസ്തി, സിദ്ധവസ്തി, ബൃംഹണവസ്തി, ദോഷഹരവസ്തി, ദോഷശമനവസ്തി, ലേഖനവസ്തി, പ്രസൃതവസ്തി, ദ്വാദശ പ്രസൃതവസ്തി പാദഹീനവസ്തി, മൃദുവസ്തി, രക്തവസ്തി തുടങ്ങി അനേകം ഭേദങ്ങൾ കഷായവസ്തിക്കുണ്ട്.

വാതഹരവസ്തി

വാതഹരങ്ങളായ ദശമൂലം കഷായം, രാസ്നാദി കഷായം, വിദാര്യാദി കഷായം, ഭദ്രവാർവ്വാദി കഷായം ഇവയിൽ ഏതെങ്കിലുമൊന്നിൽ മധുരഗണദ്രവ്യങ്ങൾ കൽക്കം ചേർത്തും ധന്വന്തരം തൈലം, മാംസരസം, തേൻ, ഇന്തുപ്പ് ഇവയെല്ലാം കൂടിച്ചേർത്തും കഷായവസ്തി നല്കാം.

പിത്തഹരവസ്തി

ന്യഗ്രോധാദി ഗണത്തിലെ മരുന്നോ പത്മകാദി ഗണത്തിലെ മരുന്നോ കൊണ്ട് കഷായമുണ്ടാക്കി അതിൽ പിത്തഹരങ്ങളായ നെയ്യ്, പാല്, തേൻ, പഞ്ചസാര, കരിമ്പിൻ നീര് ഇവ ചേർത്ത് ചെയ്യുന്ന വസ്തി പിത്തഹരമാണ്.

കഫഹര കഷായ വസ്തി

ആരഗ്വധാദിഗണം കൊണ്ടുള്ള കഷായത്തിൽ വത്സകാദിഗണം കല്ക്കമാക്കിച്ചേർത്തും തേൻ, ഗോമൂത്രം തൈലം ഇവ വിധിപ്രകാരം ചേർത്തുണ്ടാക്കുന്ന വസ്തി കഫഹര കഷായവസ്തിയാണ്. ഇതിൽ മുതിരരസവും മറ്റും യുക്തി പോലെ ചേർക്കാവുന്നതാണ്.

അർദ്ധമാത്രികവസ്തി

ദശമൂലം കഷായത്തിൽ ശതകുപ്പ, ഇന്തുപ്പ് ഇവ 3 കഴഞ്ചും വീതം, തേൻ 96 എം എൽ, എണ്ണ 96 ml, മലങ്കാരയ്ക്ക 48 ഗ്രാം ഇവയെല്ലാം കൂടി വിധിപ്രകാരം ഒന്നിച്ച് ചേർത്തുണ്ടാക്കുന്ന വസ്തിയാണ് അർദ്ധമാത്രിക വസ്തി. ഇതിന് സ്നേഹനം, സ്വേദനം, തുടങ്ങിയ പൂർവ്വ കർമ്മങ്ങൾ ഇല്ലാതെ ചെയ്യാം. ക്ഷയം, വാതശോണിതം ഇവയ്ക്ക് ഹിതകരം.

ക്ഷാരവസ്തി

ഗോമൂത്രം എട്ട് പലം (384 എം എൽ) ഇന്തുപ്പ് 12 ഗ്രാം, ശതകുപ്പ 12 ഗ്രാം, ശർക്കര 2 പലം (96 ഗ്രാം), കോൽപ്പുളി 96 ഗ്രാം ഇവയെല്ലാം കൂടി ചേർത്തുണ്ടാക്കുന്ന വസ്തിക്ക് ക്ഷാരവസ്തി എന്നു പറയുന്നു. മൂത്രകൃച്ഛ്റം, വയറുവീർപ്പ് ഇവ മാറിക്കിട്ടും.

സാമാന്യമായി ഉപയോഗിക്കുന്ന ചില കഷായ വസ്തി യോഗങ്ങൾ

ബലാഗുളുച്യാദിവസ്തി

കുറുന്തോട്ടി വേര്, ചിറ്റമൃത്, ത്രിഫലത്തോട്, ചിറ്റരത്ത, ദശമൂലം, മലങ്കാരക്കാ, ആട്ടിൻ മാംസം ഇവയെല്ലാംകൂടി വിധിപ്രകാരം കഷായം വച്ച് അതിൽനിന്നും വേണ്ട കഷായം എടുക്കുക.

കഷായം - 400 എം എൽ

മലങ്കാരക്കാ കൂവളക്കായ് കൊട്ടം വയമ്പ് ശതകുപ്പ് മുത്തങ്ങാക്കിഴങ്ങ് തിപ്പലി	എല്ലാം കൂടി പൊടിച്ച് അരിച്ചെടുത്ത കല്ക്കം	192 ഗ്രാം
ശർക്കര	- 48 ഗ്രാം	
തേൻ	- 192 എം എൽ	
നെയ്യ്	- 192 എം എൽ അഥവാ (കാച്ചിയ വാതഹര തൈലം)	
തൈലം	- 192 എം എൽ	
ഇന്തുപ്പ്	- 12 ഗ്രാം	

ഇവയെല്ലാം കൂടി വിധി പ്രകാരം കൂട്ടി വസ്തി ചെയ്യുക. ഈ വസ്തി എല്ലാ വിധത്തിലുള്ള വാതത്തിനും സന്ധി വാതത്തിനും ശോഷണ ത്തിനും ഹിതകരമാണ്.

വൈതരണ വസ്തി

കോൽപ്പുളി 48 ഗ്രാം, ശർക്കര 24 ഗ്രാം, ഇന്തുപ്പ് 12 ഗ്രാം, ഗോമൂത്രം 360 മില്ലി, എള്ളെണ്ണ (100 മില്ലി ആക്കി ചുരുക്കിയും ഉപയോഗിക്കാം) എല്ലാം കൂടി ചേർത്ത് വസ്തി ചെയ്താൽ ഗുല്മം ആനാഹം എന്നീ രോഗങ്ങൾക്ക് നല്ല ശമനമുണ്ടാകും.

പിച്ഛില വസ്തി

ലന്തക്കുരു, കുറുന്തോട്ടി വേര്, നറുവരി, ഇലവിൻ പശ, ധന്വന വൃക്ഷ ത്തിന്റെ തളിരില, ഇവ സമമെടുത്ത് കഷായം വച്ച് ഊറ്റി എടുത്ത്, ആ കഷായത്തിൽ പാൽ ചേർത്ത്, പാൽ കഷായം ഉണ്ടാക്കി, അതിൽ ഇന്തു പ്പ്, തേൻ, ചതകുപ്പ, എണ്ണ ഇവയും ആടിന്റെയോ കോഴിയുടെയോ രക്തവും ചേർത്ത് വസ്തി ചെയ്യുക. ഇത് ബലം, വണ്ണം, ദീർഘായുസ്സ്, അഗ്നിബലം ഇവ ഉണ്ടാക്കും. ബാലന്മാർക്കും വൃദ്ധന്മാർക്കും എല്ലാ പേർക്കും ഹിതം.

യാപന വസ്തി

തേൻ 180 മില്ലി, നെയ്യ് 180 മില്ലി, പാൽ 180 മില്ലി, എള്ളെണ്ണ 180 മില്ലി, അടക്കാ മണിയൻ വേര് പൊടിച്ചരച്ചെടുത്തത് 192 ഗ്രാം എല്ലാം കൂടി വിധി പ്രകാരം ചേർത്ത് വസ്തി ചെയ്യണം. ഇത് അഗ്നി ദീപ്തിയെ ഉണ്ടാക്കുന്ന വസ്തിയാണ്. (ശാർങ്ങധര സംഹിത) അടയ്ക്കാമണിയൻ കഷായമുണ്ടാക്കിച്ചേർത്തും വസ്തി ദ്രവ്യം ഉണ്ടാക്കിയും ഇത് ചെയ്യും.

യുക്തരഥ വസ്തി

വെളുത്താവണക്കിൽ വേരിൻ കഷായം		400 മില്ലി
തിപ്പലി വയമ്പ്	സമമെടുത്ത് പൊടിച്ചരച്ച്	
മലം കാരക്ക		192 ഗ്രാം
തേൻ		192 ഗ്രാം
എണ്ണ		192 ഗ്രാം
ഇന്തുപ്പ്		12 ഗ്രാം

എല്ലാം കൂടി വിധിപ്രകാരം യോജിപ്പിച്ച് വസ്തി ചെയ്യുക. ഇത് വാത രോഗം, വിബന്ധം ഇവയെ ശമിപ്പിക്കുന്നു.

സിദ്ധവസ്തി

വലിയ പഞ്ചമൂലം കഷായം	400 മില്ലി
തിപ്പലി ഇരട്ടി മധുരം കല്ക്കം	196 ഗ്രാം
എണ്ണ	196 മില്ലി
തേൻ	196 മില്ലി
ഇന്തുപ്പ്	12 ഗ്രാം

ഇവ വിധിപ്രകാരം ചേർത്ത് വസ്തി ചെയ്യുക.

ഏരണ്ഡമൂലാദി വസ്തി-കഷായം

ആവണക്കിൻ വേര് പ്ലാശിൻ തൊലി, ചെറു പഞ്ചമൂലം (ഓരില, മൂവില, ചെറുവഴുതിന, വെൺവഴുതിന വേര്, ഞെരിഞ്ഞിൽ), അരത്ത (ചിറ്റരത്ത) കുറുന്തോട്ടി വേര്, ചിറ്റമൃത്, അമുക്കുരം, തഴുതാമവേര്, കണിക്കൊന്ന വേരിന്മേൽ തൊലി (കണിക്കൊന്നയുടെ തടിപ്പുറത്തെ തൊലി ആയാലും വിരോധമില്ല) ദേവതാരം, മലങ്കാരയ്ക്ക 8 എണ്ണം. വിധി പ്രകാരം കഷായം വെച്ചെടുക്കുക.

കല്കത്തിന്

വയമ്പ്, ശതകുപ്പ, ഇരട്ടിമധുരം, അടക്കാമണിയൻ വേര്, തിപ്പലി, കടകപ്പാലയരി, മുത്തങ്ങാക്കിഴങ്ങ്,

ഇവ സമം പൊടിച്ച പൊടി	96 ഗ്രാം
ഇന്തുപ്പ്	12. ഗ്രാം
തേൻ	192 ഗ്രാം
ഗോമൂത്രം	192 ഗ്രാം
എണ്ണ കാച്ചിയത് ധന്വന്തരം	192 മില്ലി

ഇവയെല്ലാം കൂടി വിധിപ്രകാരം ചേർത്ത് വസ്തി ചെയ്യണം.

ഇത് ലംഘന വസ്തിയാണ്. ശരീരഗുരുത്വം, ആമവാതം, ഗുല്മാം ഊരുസ്തംഭം ഇവയെ ശമിപ്പിക്കുന്നു.

ദോഷഹരവസ്തി:

ശതകുപ്പ, ഇരട്ടിമധുരം, കുവളക്കായുടെ മജ്ജ (പക്വഫലം), കടകപ്പാലക്കായ് ഇവയെല്ലാം പൊടിച്ചരച്ച് കാടിയും ഗോമൂത്രവും ചേർത്തുണ്ടാക്കുന്ന വസ്തിയാണ് ദോഷഹര വസ്തി. ഇതിൽ തൈലം, തേൻ, ഇന്തുപ്പ് ഇവയും വിധിപ്രകാരം ചേർക്കണം. മറ്റൊരിടത്ത് വിവരിച്ച വാതഹര വസ്തിയും പിത്തഹര വസ്തിയും കഫഹര വസ്തിയും ദോഷഹര വസ്തിയിൽ ഉൾപ്പെടുന്നു.

ദോഷശമന വസ്തി

ഞാവൽപ്പൂവ്, ഇരട്ടി മധുരം, മുത്തങ്ങാ കിഴങ്ങ്, അഞ്ജനക്കല്ല് ഇവ പാലിൽ അരച്ചു കലക്കി പ്രയോഗിക്കുന്ന വസ്തിയാണ് ദോഷ ശമന വസ്തി.

ക്ഷീരവസ്തി

4 പലം പശുവിൻപാല് (192 മില്ലി), 12 ഗ്രാം ഇന്തുപ്പ്, 48 ഗ്രാം കോൽപുളി, 24 ഗ്രാം ശർക്കര, ധന്വന്തരം തൈലം 48 മില്ലി ഇവയെല്ലാം കൂടി വിധിപ്രകാരം യോജിപ്പിച്ചു ചെയ്യുന്ന വസ്തി.

തുട, അരക്കെട്ട്-ഇവിടെയുണ്ടാകുന്ന നീരും വേദനയും ആമവാതം ഇവയിലെല്ലാം ഫലപ്രദമാണ്

ശോധനവസ്തി

ശോധന ദ്രവ്യങ്ങൾ കഷായം വച്ച് ശോധന ഔഷധങ്ങൾ തന്നെ കല്ക്കനുമാക്കി തേൻ, തൈലം, ഇന്തുപ്പ് ഇവയും വിധിപ്രകാരം ചേർത്തുണ്ടാക്കുന്ന വസ്തിയാണ് ശോധന വസ്തി. ഏരണ്ടുമൂലാദികഷായവും വയമ്പും ശതകുപ്പ, അടക്കാ മണിയൻ, ഞാഴൻ പൂവ്, ഇരട്ടി മധുരം, തിപ്പലി കടകപ്പാലയരി, മുത്തങ്ങാ കിഴങ്ങ് ഇവ കല്ക്കവുമാക്കി ചെയ്യുന്ന വസ്തി ശോധന വസ്തിയാണ്. ത്രിഫല, ചരകത്തിൽ പറയുന്ന കുഷ്ഠഹാര ദ്രവ്യങ്ങൾ, വിരേചനോപഗണം, ശുശോധനഗുണം, സ്തന്യശോന ഗുണം ഇവയെല്ലാം ശോധന ദ്രവ്യങ്ങളിൽപ്പെടും.

ലേഖന വസ്തി

തൃഫലക്കഷായവും ഗോമൂത്രവും സമമെടുത്ത് അതിൽ കന്മദം, അന്നഭേരി, കായം, ഏലത്തരി, ചവർക്കാരം, ഇന്തുപ്പ് ഇവ കല്ക്കവും തിരഞ്ഞെടുത്തതൈലവും തേനും ചേർത്തുള്ള വസ്തി ലേഖന സ്വഭാവമുള്ളതാണ്.

പുനന്നവാദി വസ്തി

തഴുതാമ, വെള്ള തഴുതാമ (വെള്ള തഴുതാമ കിട്ടുന്നില്ലെങ്കിൽ തഴുതാമ ഇരട്ടിക്കണം), ആവണക്കിൽ വേര്, ആടലോടകവേര്, കലൂർവള്ളി, സംഭാരപ്പുല്ല്, കുറുന്തോട്ടി വേര്, പ്ലാശിൻ തൊലി, ദശമൂലം ഓരോന്നും, ഇവ ഓരോന്നും ഓരോ പലം വീതം (48 ഗ്രാം വീതം) മലങ്കാരക്കാ(8 എണ്ണം), കൂവളക്കായുടെ മജ്ജ, യവം, ലന്തക്കുരു (8 എണ്ണം) കൂവളക്കായുടെ മജ്ജ, യവം, ലന്തക്കുരു, മുതിര, ഞവരയരി, മുന്തിരിങ്ങ ഇവ ഓരോന്നും 96 ഗ്രാം വീതമെടുത്ത് കഷായം വെച്ച് ആ കഷായത്തിൽ നിന്ന് വസ്തിക്ക് ആവശ്യമായ കഷായമെടുത്ത് അതിനു തുല്യം പാലും ചേർത്ത് പാലിന്റെ അളവിൽ ആകുന്നതുവരെ വറ്റിച്ചെടുക്കുക. (കഷായം ഏതെങ്കിലും വിധത്തിൽ നഷ്ടപ്പെട്ടാൽ വീണ്ടും കഷായം വേണ്ടിവരുമെന്നതുകൊണ്ട് 400 മില്ലി പാൽക്കഷായത്തിനു പകരം 800 മില്ലി ഉണ്ടാക്കണം.

കല്ക്കത്തിന്

വയമ്പ്, ചതകുപ്പ, ദേവതാരം, കൊട്ടം, ഇരട്ടി മധുരം, കടുക്, തിപ്പലി, ഓമം, മലങ്കാരയ്ക്ക ഇവ സമമെടുത്ത് പൊടിച്ച് അരച്ചെടുക്കുക.

അളവ്	192 ഗ്രാം
തേൻ	192 ഗ്രാം
എണ്ണ (ധന്വന്തരം)	192 മില്ലി
ഇന്തുപ്പ്	12 ഗ്രാം

വിധി പ്രകാരം യോജിപ്പിച്ച് വസ്തി ചെയ്യുക. വസ്തിയുടെ മറ്റു ഭേദങ്ങൾ ഇനിയും പലതരത്തിലുണ്ട്. അവ താഴെ പറയുന്നു.

1. യാപനവസ്തി
2. സിദ്ധവസ്തി
3.പ്രസൃത വസ്തി
4. ദ്വാദശ പ്രസൃത വസ്തി
5. പാദഹീനവസ്തി
6. തീക്ഷ്ണ വസ്തി
7. മൃദുവസ്തി
8. പിച്ഛാവസ്തി
9. രക്തവസ്തി
10. ശമനവസ്തി
11. ഉത്ക്ലിഷ്ട വസ്തി
12. ശോധന വസ്തി

കൂടുതൽ വസ്തി ചെയ്യേണ്ടത് ചില വാതരോഗ ചികിത്സയിൽ ആവശ്യമാണ്. ഇങ്ങനെ വരുമ്പോൾ സ്നേഹവസ്തിയും മാറി മാറി ചെയ്യും.

വസ്തികളുടെ എണ്ണമനുസരിച്ച് വസ്തിഗണങ്ങൾക്ക് പ്രത്യേക പേരുകളും നല്കുന്നു. അവ താഴെ കാണിക്കുന്നു. യോഗവസ്തി (8 വസ്തികൾ) കാലവസ്തി (15 വസ്തികൾ), (ചരകൻ-കാലവസ്തി-16), കർമ്മവസ്തി (30 വസ്തികൾ) മുകളിൽ പറഞ്ഞിട്ടുള്ള വസ്തികളെ ഓരോന്നിനെയും ഇനി വിസ്തരിച്ച് പരാമർശിക്കാം.

ദോഷാനുസരണം വസ്തി

വാതത്തിൽ ഒരു കഷായ വസ്തിയും പിത്തത്തിൽ രണ്ടു കഷായ വസ്തിയും കഫത്തിൽ മൂന്ന് കഷായ വസ്തിയും വിധി.

ആവർത്തനവസ്തികൾ

വസ്തികൾ തന്നെ ഉത്ക്ലേശവസ്തി, ശോധന വസ്തി, ശമനവസ്തി, സ്നേഹനവസ്തി ഇങ്ങനെ പല ഭേദങ്ങളിൽ ഉണ്ട്. ഇവയ്ക്കെല്ലാം ഓരോ ഉദ്ദേശ്യങ്ങളുമുണ്ട്. ഈ ഉദ്ദേശ്യങ്ങളെല്ലാം പ്രാവർത്തികമാക്കേണ്ടത് ചില രോഗികളിൽ അനിവാര്യമായിട്ടും വരും. ഇവയെ എല്ലാം ആവർത്തിച്ച് ആവർത്തിച്ച് ഒരാളിൽത്തന്നെ വളരെ ക്ലിപ്തതയോടുകൂടി ചെയ്യുന്ന രീതിക്കാണ് പരിക്ലിപ്ത വസ്തികൾ എന്നു പറയുന്നത്. മുകളിൽ പറഞ്ഞ വസ്തികൾ ക്രമമായി 8 എണ്ണം ഒരാളിൽ ചെയ്യുന്നതിന് യോഗവസ്തിയെന്നും 15 എണ്ണം ചെയ്യുന്നതിന് കാലവസ്തി എന്നും 30 എണ്ണം ചെയ്യുന്നതിനെ കർമ്മവസ്തിയെന്നും പറയുന്നു.

യോഗവസ്തി - 8 വസ്തികൾ ചേർന്നതാണ് യോഗവസ്തി

1. സ്നേഹവസ്തി
2. സ്നേഹവസ്തി
3. കഷായവസ്തി (ഉത്ക്ലേശവസ്തി)
4. സ്നേഹവസ്തി
5. കഷായവസ്തി (ശോധനവസ്തി)
6. സ്നേഹവസ്തി
7. കഷായവസ്തി (ശമനവസ്തി)
8 സ്നേഹവസ്തി

ഇവിടെ പറയുന്ന ഉത്ക്ലേശവസ്തിയും ശോധന വസ്തിയും ശമന വസ്തിയും സ്നേഹവസ്തിയുടെ മുൻപ് വിവരിച്ചിട്ടുള്ളത് നോക്കുക. ഈ ക്രമത്തിൽ കാലവസ്തിയും കർമ്മവസ്തിയും തിട്ടപ്പെടുത്താവുന്നതാണ്. ഓരോ കഷായവസ്തിക്കുശേഷവും സ്നേഹവസ്തി ആവശ്യമാണ്.

കാലവസ്തി-15

1. സ്നേഹവസ്തി
2. സ്നേഹവസ്തി

8. സ്നേഹവസ്തി
9. കഷായവസ്തി

---

* ഉത്ക്ലേശനം ശുദ്ധികരം ദോഷോണാം ശമനം (കമാൽ|
ത്രിധൈവ കല്പയേദ്വസ്തി മിത്യത്യേപി പ്രചക്ഷതേ|
(അ.ഹൃ.സൂ.19/6)

* ഏരണ്ഡബീജം മധുകം പിപ്പലി സൈന്ധവം വചാ|
ഹപുഷാ ഫലകൽക്കം ച വസ്തിരുത്ക്ലേശന: സ്മൃത||
(ശാർങ്ങധര സംഹിത)

3. കഷായവസ്തി
4. സ്നേഹവസ്തി
5. കഷായവസ്തി
6. സ്നേഹവസ്തി
7. കഷായവസ്തി
10. സ്നേഹവസ്തി
11. കഷായവസ്തി
12. സ്നേഹവസ്തി
13. സ്നേഹവസ്തി
14. സ്നേഹവസ്തി
15. സ്നേഹവസ്തി

കർമ്മവസ്തി - 30 വസ്തി ചേർന്നതാണ് കർമ്മവസ്തി

തുടക്കത്തിൽ ഒരു സ്നേഹവസ്തിയും അവസാനം 5 സ്നേഹവസ്തിയും ഇടയ്ക്ക് സ്നേഹവസ്തി-കഷായവസ്തി ഇടകലർത്തി ചെയ്യണം. (13 സ്നേഹവസ്തി- 11 കഷായവസ്തി)

ഉത്തരവസ്തി

മൂത്രരോഗങ്ങൾ, യോനിരോഗങ്ങൾ, ഗർഭാശയ രോഗങ്ങൾ, ലൈംഗികരോഗങ്ങൾ, ലിംഗത്തിനുണ്ടാകുന്ന വികാരങ്ങൾ ഇവയിലെല്ലാം ശോധന ചികിത്സാർത്ഥം ഉത്തരവസ്തി പ്രയോഗിക്കാവുന്നതാണ്. ഉത്തരവസ്തിക്കു മുൻപ് ആ വ്യക്തിക്കു സ്നേഹവസ്തിയും കഷായവസ്തിയും കൊണ്ട് ഉദരശുദ്ധി വരുത്തിയശേഷം വേണം ഉത്തരവസ്തി ചെയ്യാൻ

മൂത്രകൃച്ഛ്രം, മൂത്രത്തിൽ കല്ല്, (മൂത്രവസ്തിയിലും മൂത്രനാളിയിലും കല്ല്), മൂത്രതുടിച്ചിൽ, അല്പാർത്തവം, വിഷമാർത്തവം (വേദനയോടു കൂടിയ ആർത്തവം) അഷ്ടീ രോഗം (Disease of prostate gland) സോമ രോഗം (ഗൊണേറിയ) തുടങ്ങിയ രോഗങ്ങളിലെല്ലാം ഉത്തര വസ്ത്രി ചെയ്യാം.

ഉത്തരവസ്തിക്ക് ഉപയോഗിക്കുന്ന ഔഷധങ്ങൾ

സ്നേഹദ്രവ്യങ്ങൾ മാത്രമാണ് ഉത്തരവസ്തിക്കായി ഉപയോഗിക്കുന്നത്.

ഉത്തരവസ്തിയുടെ അളവ്

സ്ത്രീകളുടെയും പുരുഷന്മാരുടെയും ഉത്തരവസ്തി മൂത്രമാർഗ്ഗത്തിലൂടെ ഉള്ളതിന്റെ അളവ് ഒരു ശുക്തി അതായത് അരപ്പലമാണ് (24 മില്ലി). എന്നാൽ സ്ത്രീകളുടെ യോനി മാർഗ്ഗേണയുള്ള (ഗർഭാശയ രോഗത്തിലും

---

* പ്രാക്സ്നേഹ ഏകഃ പഞ്ചാന്തേ ദ്വാദശാസ്ഥാപനി ച|
സാന്വാസനാനി കർമൈവം വസ്തയസ്ത്രിംശദിരിതാ:

* കാല: പഞ്ചദശൈകോഽത്ര പ്രാക് സ്നേഹോന്തേ(തയസ്തഥാ)
ഷ്ട് പഞ്ചവസ്ത്യന്തരിതാ:

* ....യോഗോ അഷ്ടൗ വസ്തയോഽത്രതു||
ത്രയോ നിരൂഹാ: സ്നേഹാശ്ച സ്നേഹൗ ആദ്യന്തയോരുഭൗ||
(അ ഹൃ സൂ 19/63-65)

മറ്റും) അളവും രണ്ടു തുടമാണെന്ന് ശാർങ്ഗധരസംഹിതയിൽ വിവരിച്ചു കാണുന്നു. ഇത് അല്പം കൂടുതലായിട്ടാണ് തോന്നുന്നത്. ഇത് ഒരു പല ത്തിൽ തുടങ്ങി ക്രമേണ കൂട്ടി കൂട്ടിവന്ന് രണ്ടു പലം വരെ ആക്കാവുന്ന താണ്. എന്നാലും രണ്ടു തുടമെന്നുള്ളത് ഏറെ കൂടുതലാണ്.

പുരുഷന്മാരിൽ ഉത്തരവസ്തി ചെയ്യേണ്ട രീതി

സ്നേഹവസ്തിയും അതിനുശേഷം രണ്ട് കഷായവസ്തിയും നല്കി ശുദ്ധിവരുത്തിയ ഉത്തരവസ്തിക്ക് അർഹനായ പുരുഷനെ എണ്ണ പുരട്ടി ചൂടുവെള്ളത്തിൽ കുളിപ്പിച്ചതിനുശേഷം നെയ്യും മറ്റ് സ്നേഹദ്രവ്യങ്ങളും കൂട്ടി ഊണ് കഴിച്ചതിനുശേഷം, ഒരു കസേരയിൽ സ്വസ്ഥമായി ഇരുത്ത ണം. അതിനുശേഷം ലിംഗം അല്പം എണ്ണ തേച്ച് തടവി വലുതാക്കി (Erect) നിർത്തിയിട്ട് സാവധാനം എണ്ണ തേച്ച് സ്നിഗ്ദ്ധത വരുത്തിയ കത്തീറ്റർ കടത്തണം. കത്തീറ്റർ കടത്തുമ്പോൾ മറ്റേ അറ്റത്ത് ഒരു സിറി ഞ്ചിൽ എണ്ണ നിറച്ചിട്ട് കത്തീറ്റർ പുരിതമായിരിക്കണം. അല്പം പോലും വായു കത്തീറ്ററിലൂടെ മൂത്രദ്വാരത്തിൽ കടക്കാൻ പാടില്ല. ഈ കത്തീറ്റർ (ഉത്തരവസ്തിയന്ത്രം) 6 അംഗുലവും ലിംഗത്തിന്റെ അകത്തേക്ക് ചെന്ന തിനുശേഷം എണ്ണ നിറച്ച സിറിഞ്ച് അമർത്തി എണ്ണ കത്തീറ്ററിലൂടെ ലിംഗ ത്തിന്റെ അകത്തേക്ക് സാവധാനം കടത്തണം. എണ്ണ പൂർണ്ണമായി കട ന്നാൽ കത്തീറ്റർ വലിച്ച് വെളിയിൽ എടുക്കണം.

സ്ത്രീകൾക്ക് ഉത്തരവസ്തി നല്കേണ്ട രീതി

ഒരു സ്നേഹവസ്തിക്കുശേഷം രണ്ടു കഷായവസ്തികൾ നല്കി. ഉദരം ശുദ്ധമാക്കിയിട്ടുവേണം ഉത്തരവസ്തി നല്കാൻ. സ്ത്രീക്ക് സ്നിഗ്ദ്ധ മായ ആഹാരം കൊടുത്തതിനുശേഷം ഒരു പൊക്കമുള്ള മേശയിൽ മലർത്തികിടത്തുക. കാലുരണ്ടും മുകളിലേക്ക് മടക്കി അല്പം അകറ്റി മേശമേൽ ഉറപ്പിച്ച് കിടത്തുക. അതിനുശേഷം യോനിയിൽ നാല് അംഗു

---

* നിരൂഹാദുത്തരേണ വാ മാർഗ്ഗേണ ദിയത ഇത്യുത്തരമവസ്തി:
(അ.സം.സൂ.28/9)

* വസ്തൗ രോഗേഷു നാരീണാം യോനി ഗർഭാശയേഷു ച|
ദ്വിത്രാസ്ഥാപനശുദ്ധേഭ്യോ വിദ്ധ്യാത്വസ്തിമുത്തമം||
(അ. ഹൃ. 19/70)

* പ്രകുഞ്ചോ മദ്ധ്യമമാത്രാ ബാലാനാം ശുക്തിരേവതു||
(അ.ഹൃ.സൂ. 19/8)

* യോനിമാർഗ്ഗേഷു നാരീണാം സ്നേഹമാത്രാദ്വിപാലികീ|
(ശാർങ്ഗധര സം. ഉത്തരവസ്തി)

* സ്ത്രീണാം ആർത്തവകാലേ തു യോനിഗ്രഹ്ണാത്യപാവൃതേ
വിദധീന തദാ തസ്മാത് അനൃതാവപി ചാത്യയേ
യോനിവിഭ്രംശ ശൂലേഷു യോനിവ്യാപത് അസൃഗ്ദരേ
(അ.ഹൃ.സു. 19/77-78)

ലവും മൂത്രദ്വാരത്തിൽ രണ്ട് അംഗുലവും കത്തീറ്റർ കടത്തണം. കത്തീറ്ററിന്റെ മറ്റേ അറ്റം അമർത്തി സ്നേഹദ്രവ്യം ഉള്ളിലേക്ക് കടത്തണം.

സ്നേഹദ്രവ്യം വെളിയിൽ പോയില്ലെങ്കിൽ

സ്നേഹദ്രവ്യം വെളിയിൽ പോയില്ലെങ്കിൽ യോനിയിൽ ഒരു ഫലവർത്തി വെക്കണം. അതുകൊണ്ടും വെളിയിൽ പോയില്ലെങ്കിൽ നാല്പാമാരാദി കഷായംകൊണ്ട് യോനി ക്ഷാളനം (douche) ചെയ്യണം.

7

നസ്യം

ശിരസ്സിനെ ശുദ്ധീകരിച്ച് ശിരോരോഗങ്ങളിൽനിന്നും ശിരസ്സിനെ രക്ഷിക്കാൻ നസ്യത്തോളം ഉതകുന്നതായ മറ്റൊരു ചികിത്സ ഇല്ല. വിരേചനം, ബൃംഹണം, ശമനം ഇങ്ങനെ മൂന്നുവിധത്തിൽ നസ്യം ഉള്ളതിൽ* നിന്നും മനസ്സിലാക്കേണ്ടത് വിരേചനം എന്ന ശുദ്ധീകരണപ്രക്രിയയോടൊപ്പം ശരീരത്തിന്റെ എല്ലാ സംജ്ഞാചേഷ്ടാക്രിയകൾക്കും പ്രചോദനമാകുന്ന ശിരസ്സിലെ കോടാനുകോടി കോശങ്ങളെയും നാഡീവ്യൂഹത്തെയും പരിപോഷിപ്പിക്കുന്ന ബൃംഹണസ്വഭാവം നസ്യത്തിനുണ്ട് എന്നാണ്.

നസ്യംതന്നെ പ്രയോഗിക്കുന്ന ഔഷധത്തിന്റെ സ്വഭാവം, മാത്ര, സംസ്കാരഭേദം ഇവയെ ആധാരമാക്കി വീണ്ടും പലതാക്കി വിഭജിക്കുന്നു. എണ്ണ നെയ്യ് തുടങ്ങിയ സ്നേഹദ്രവ്യങ്ങൾകൊണ്ടുള്ള നസ്യങ്ങൾ സ്നേഹനസ്യമെന്നും കല്ക്കം കൊണ്ടുള്ള നസ്യത്തെ കല്ക്കനസ്യമെന്നും ഇലകളുടെ ചാറ്, മാംസരസം, കഷായം ഇവകൾകൊണ്ടുള്ള നസ്യത്തെ ദ്രവനസ്യമെന്നും തിരിക്കുന്നു. പൊടികൊണ്ടുള്ള നസ്യത്തെ ചൂർണ്ണ നസ്യമെന്നും തിരിക്കുന്നു. മാത്രയെ ആധാരമാക്കി നസ്യത്തെ വീണ്ടും രണ്ടായി തിരിക്കുന്നു. മർശ്നനസ്യം, പ്രതിമശ്ന നസ്യം. മർശ്ന നസ്യത്തിൽ നസ്യൗഷധത്തിന്റെ അളവ് കൂടിയിരിക്കും. പ്രതിമർശനത്തിന്റെ അളവ് കുറഞ്ഞിരിക്കും. ഈ രണ്ടു നസ്യത്തിൽ ഒന്ന് തെരഞ്ഞെടുക്കുന്നതും രോഗത്തിന്റെയും രോഗിയുടെയും ശരീരശക്തി പ്രായം രോഗത്തിന്റെ കാഠിന്യം ഇവയെ ആധാരമാക്കിയാണ്. മർശ്ന നസ്യത്തെ വീണ്ടും രേചനനസ്യമെന്നും ബൃംഹണ നസ്യമെന്നും രണ്ടായിത്തിരിക്കുന്നു.* ഇത് കൂടാതെ അവപീഡന നസ്യം പ്രധമനനസ്യം ഇങ്ങനെയും

* വിരേചനം ബൃംഹണം ചശമനം ചത്രിധാപി തത് (അ.സൂ. 20-2)

ഭേദങ്ങളുണ്ട്.

നസ്യം ചെയ്യാൻ പാടില്ലാത്തവർ

മദ്യം, കൂട്ടുവിഷം, സ്നേഹദ്രവ്യങ്ങൾ ഇവ സേവിച്ചിരിക്കുന്നവർ, ഊണ്, വെള്ളംകുടി ഇവയ്ക്ക് തൊട്ടു ശേഷവും തല കുളിച്ചവർ, തല കുളിക്കാൻ പോന്നവർ, നവപീനസരോഗികൾ, മലമൂത്രവേഗങ്ങൾ മുട്ടി നില്ക്കുന്നവർ, വമന വിരേചനങ്ങൾക്ക് ഔഷധം കുടിച്ചിരിക്കുന്നവർ, വസ്തിചെയ്തിരിക്കുന്നവരും മഴ ശക്തിയായി പെയ്യും എന്ന അവസ്ഥ നിലനില്ക്കുമ്പോഴും നസ്യം ചെയ്യാൻ പാടില്ല. 8 വയസ്സു തികയാത്ത വരും 80 കഴിഞ്ഞവരും നസ്യം ചെയ്യരുത്.

നസ്യം ചെയ്യാൻ അർഹതയുള്ളവർ

അർദ്ദിതം, അപബാഹുകം, വിശ്വാചി പക്ഷാഘാതം, മന്യാസ്തംഭം, ഏകാംഗവാതം, സ്വരഭേദം, നാസാരോഗം, കർണ്ണരോഗങ്ങൾ, ദന്തരോഗം, കഫരോഗങ്ങൾ, പ്രതിശ്യായം, ദുഷ്ടപീനസം, തലവേദന, സംസാരശേ ഷികുറയുക, വിക്ക്, നേത്രരോഗങ്ങൾ, ഉറക്കക്കുറവ്, മുടികൊഴിച്ചിൽ, കഷ ണ്ടി, അരുചി, അപസ്മാരം, ഉന്മാദം, ശോഷം, കുഷ്ഠം, മൂർച്ഛ, ശിരസ്സിലു ണ്ടാകുന്ന കൃമിരോഗങ്ങൾ, വിഷം, ഓർമ്മക്കുറവ്, മഞ്ഞപ്പിത്തം, ഭുജരോ ഗങ്ങൾ, തുടങ്ങിയ രോഗങ്ങളിലെല്ലാം നസ്യം ഹിതകരമാണ്. 8 വയസ്സു മുതൽ 80 വയസ്സു വരെ ഉള്ളവർക്ക് നസ്യം ചെയ്യാവുന്നതാണ്.

നസ്യം ചെയ്യേണ്ട രീതി

രാവിലെ ഉറക്കം വിട്ടെഴുന്നേല്ക്കുന്നതിനുശേഷം സന്ധ്യാനേരം ആകുന്നതുവരെ എപ്പോൾ വേണമെങ്കിലും നസ്യം ചെയ്യാം. രാവിലെ എഴു ന്നേറ്റ് മലമൂത്ര വിസർജ്ജനം ചെയ്ത് പല്ലു തേപ്പും കഴിഞ്ഞ് നസ്യം ചെയ്യു ന്നതാണ് നല്ലത്. നസ്യം ചെയ്യുന്നതിനു മുൻപ് തലയിൽ എണ്ണ തേച്ച് സ്നിഗ്ദ്ധത വരുത്തണം. അതിനുശേഷം കണ്ണിൽ ചൂടു തട്ടാതെ അല്പ മൊന്ന് തല വിയർപ്പിക്കണം.

അതിനുശേഷം രോഗിയെ തല അല്പം താഴ്ത്തി നിവർത്തി, മലർത്തി കിടത്തണം. ആദ്യം അല്പം നസ്യത്തിനുപയോഗിക്കുന്ന തൈലമോ, കഷായമോ, ചൂർണ്ണമോ കൊണ്ട് ചെറുതായൊന്ന് നസ്യം ചെയ്ത് അതു ചീന്തിക്കളഞ്ഞതിനുശേഷം, വീണ്ടും ആവശ്യമുള്ള മാത്ര

---

* മർശന പ്രതിമർശ്ചദ്വിധാ സ്നേഹോത്രമാത്രയാ
കൽക്കാദ്യൈരവപീഡ സ്തുതീക്ഷ്ണൈർമൂർദ്ധവിരേചനം
ധ്മാനം വിരേചനശ്ചചൂർണ്ണോ യുഞ്ജാത്തന്മുഖവായുന
(അ ഹൃ സൂ 21-7, 8)

* ഗൗരവേ ശിരസാ ശൂലേജാഡ്യേസ്യന്ദേ ഗളാമയേ
ശോഷഗന്ധക്രിമീഗ്രന്ഥി കുഷ്ഠാപസ്മാരെ പീനസാ (ചക്രദത്തം)

* ഗളരോഗേ സന്നിപാതേ നിദ്രായം വിഷമജ്വരേ
മനോവികാരേ കൃമിഷുയുജ്യതേ ചാവപീഡനം (ശാർങ്ഗധരം)

യിൽ നസ്യം ചെയ്യാൻ നസ്യം ചെയ്തു കഴിഞ്ഞ അല്പനേരം കൂടി രോഗിയെ കിടക്കയിൽ കിടത്തി, രോഗിയുടെ കാല്പാദങ്ങളും കൈപ്പത്തിയും നെറ്റിയും നെറ്റിയുടെ പാർശ്വങ്ങളും തടവിക്കൊടുക്കണം. അതിനുശേഷം ഒരു മൂക്കടച്ച് മറ്റേ മൂക്കുകൊണ്ട് ഔഷധം വലിച്ച് ശിരസ്സിലേക്ക് കയറ്റണം. ഇത് രണ്ടു മൂക്കിലുമായി തിരിച്ചും മറിച്ചും ചെയ്യണം. നസ്യൗഷധം കൂടുതൽ ഉണ്ടെങ്കിൽ അത് രണ്ടോ മൂന്നോ തവണയായിട്ട് നസ്യം ചെയ്യാം. നസ്യത്തിനുശേഷം ധൂമപാനവും കബളഗ്രഹവും അനുഷ്ഠിക്കേണ്ടതാണ്. നസ്യം ചെയ്തതിനുശേഷം അല്പനേരം കിടന്നിട്ട് പിന്നെ എഴുന്നേറ്റിരുന്ന് ചീന്തിചീന്തി കഫം വെളിയിൽ കളയണം.

നസ്യത്തിന്റെ മാത്രകൾ

സസ്യഭേദങ്ങൾ	ഉത്തമമാത്ര	മദ്ധ്യമമാത്ര	ഹ്രസ്യമാത്ര
ശമന നസ്യം	ഓരോ മൂക്കിലും 32 തുള്ളി വീതം	ഓരോ മൂക്കിലും 16 തുള്ളി വീതം	8 തുള്ളി വീതം
ശോധന നസ്യം	8 തുള്ളി വീതം	6 തുള്ളി വീതം	4 തുള്ളി വീതം
മർശ്ന നസ്യം	5 തുള്ളി വീതം	4 തുള്ളിവീതം	3 തുള്ളി വീതം
പ്രതിമശ്ന നസ്യം	4 തുള്ളി വീതം	3 തുള്ളിവീതം	2 തുള്ളി വീതം

നസ്യം ദോഷാനുസാരേണ

കേവലവാതത്തിൽ വസ കൊണ്ടും കഫാവൃത വാതരോഗത്തിൽ തൈലം കൊണ്ടും പൈത്തിക വികാരത്തിൽ നെയ്യ് കൊണ്ടും വാതപൈത്തിക വികാരത്തിൽ മജ്ജ കൊണ്ടും നസ്യം ചെയ്യണം. കഫവികാരങ്ങളിൽ ചൂർണ്ണം കൊണ്ടും കഷായം കൊണ്ടും കല്കം കൊണ്ടും നസ്യം ചെയ്യണം.

സസ്യത്തിന്റെ പൂർവ്വ കർമ്മങ്ങൾ

വമനം, വിരേചനം, വസ്തി ഇവയ്ക്കു ശേഷമാണ് നസ്യം പറഞ്ഞിട്ടുള്ളത്. ഇവയൊന്നും ചെയ്യാതെ നസ്യം മാത്രമാണ് ചെയ്യുന്നതെങ്കിൽ രാവിലെ മലമൂത്ര വിസർജ്ജനങ്ങൾക്കുശേഷം ദന്തധാവനവും കഴിഞ്ഞ് തലയിൽ എണ്ണ തേച്ച് വിയർപ്പിച്ച് നസ്യം ചെയ്യാം.

നസ്യൗഷധങ്ങൾ

മരിചം	കുരുമുളക്	*Piper Nigram*
ഇഞ്ചി	ചുക്ക്	*Zingibu officinale*
ശിഗ്രം	മുരിങ്ങ	*Moringa olifera*
പിപ്പലി	തിപ്പലി	*piper, longum*
വിഡംഗം	വിഴാലരി	*Embelia riber*
സർഷപം	കടുക്	*Brussia nigra*
തുംബുരു	തുംബുരു	*Xamthirxlum alatum*

ജീരകം	വെളുത്ത ജീരകം	*Cuminnm cyminum*
അജമോദ	അയമോദകം	*Trachyspermum ammi*
പിലു	ഉകമരം	*Salvidora persica*
ഹരേണകം	അരേണുകം	
സുരസ	തുളസി	*Ocimum sanctum*
ശ്വേതചന്ദനം	ചന്ദനം	*Santalum album*
ശിരീഷ	നേന്മേനി വാകം	*Albezzia lebbeck*
ലശുന	വെളുത്തുള്ളി	*Allium sativum*
ഹരിദ്ര	മഞ്ഞൾ	*Curcuma longia*
ദാരുഹരിദ്ര	മരമഞ്ഞൾ	*Berberis aristata*
സുവർച്ചില	സുവർച്ചില ഉപ്പ്	
ജോതിഷ്മതി	ചെറുപുന്നയരി	*Celatrus panicultate*
ഇന്ദുഗി	ഓടമരം	*Balanitis aegyptica*
ത്വക്	ഇലവർങ്ഗം	*Cinnomonia zmylanicu*
വാർത്താകി		
ഏല	ചിറ്റേലം	*Eatharia cardamomum*
ഗണ്ഡീരക		
മൂലകം	മുള്ളങ്കി	*Raphahns sativum*
തർക്കാരി		
അർക്ക	എരുക്ക്	*Calotropis procora*
അലർക്ക	എരുക്ക്	*Cloterpis Gygantia*
കുഷ്ഠം	കൊട്ടം	*Saussuria leppa*
കട്ഫലം	കട്ഫലം	*Myrica nagi*
മീറ	ബോളം	*Balsamodindrum myrrha*
അപാമാർഗ്	കടലാടി	*Achyranthes aspera*
നാഗദന്തി	ദന്തി	*Baliospermum montanum*
വചാ	വയമ്പ്	*Acrous calamus*
ഭാങ്ഗി	ചെറുതേക്ക്	*Clerodendrum Serratum*
ഇന്ദ്രയവ	കുടകപ്പാലയരി	*Holarrhena antidysentorica*
ബ്രഹ്മി	ബ്രഹ്മി	*Bacopa monieri*
അതിവിഷ	അതിവിടയം	*Aconitum heterophyllum*
ലോധ്ര	പാച്ചോറ്റിത്തൊലി	*Symphlocos laurina*
മദനഫല	മലങ്കാരയ്ക്ക	*Xeromphis spinosa*
സപ്തപണ	ഏഴിലമ്പാല	*Alstonia scholaris*
നിംബ	വേപ്പ്	*Azadirachta indica*
ദേവദാരു	ദേവദാരാ	*Cedrus deodaru*
അഗരു	അകിൽ	*Alangium Salvifolium*
സരള	ശാലമരം	*Shorea robusta*
ഹിംഗു	കായം	*Ferula foetida*

ഗുളൂചി	ചിറ്റമൃത്	*Tinospora cordyfolia*
ബൃഹതി	ചെറുവഴുതിന	*Solanim indicum*
കരഞ്ജ	ഉങ്ങ്	*Derris indica*
താലീസപത്രം	താലീസപത്രം	*Abies webbiane*
ശംഖപുഷ്പം	ശംഖുപുഷ്പി	*Clitoria ternatea*
മധൂക	ഇലിപ്പ	*Madhuca indica*
ദുവ്വ	കറുകപ്പുല്ല്	*Cynadon dactylon*

നസ്യത്തിനുപയോഗിക്കുന്ന ഔഷധയോഗങ്ങൾ

ക്ഷീരബല, ക്ഷീരബല ആവർത്തികൾ, അണുതൈലം, ഷഡ്ബിന്ദു തൈലം, മരീചാദി നസ്യം, സൈന്ധവാദിനസ്യം, കട്ഫല നസ്യം, നാസികാചൂർണ്ണം, ഗുഡാദി പിപ്പല്യാദിനസ്യങ്ങൾ, മധുകസാരാദിനസ്യം, കുങ്കുമനസ്യാ, മാഷാദിനസ്യാ

വിരേചനനസ്യം

കാച്ചിയ നെയ്യ്, കാച്ചിയ തൈലം, ആവർത്തിച്ച തൈലം, കഷായം, കല്കം ചൂർണ്ണം, സ്വരസം ഇവകൊണ്ടെല്ലാം വിരേചന നസ്യം ചെയ്യാം.

തലവേദന, ശിരസ്സിന് സ്തംഭനം, മരവിപ്പ് പിടുത്തം, കഴുത്തിനു പിടുത്തം, മുഖത്ത് നീര്, നേത്രരോഗങ്ങൾ, കണ്ഠരോഗങ്ങൾ ഗന്ധമാല, ഗ്രന്ഥി രോഗങ്ങൾ, പീനസം, അപസ്മാരം ഇവയിലെല്ലാം വിരേചന നസ്യം ചെയ്ത്* വിരേചനത്തിനുപയോഗിക്കുന്ന ഔഷധങ്ങൾ ഏറെ തീക്ഷ്ണ സ്വഭാവമുള്ളതാണെങ്കിൽ അതിനുശേഷം ഒരു സ്നിഗ്ദ്ധ നസ്യം ചെയ്യണം. നെയ്യ്, പാല്, ക്ഷീരബല (Plain) ഇവ കൊണ്ടുള്ള നസ്യങ്ങൾ സ്നിഗ്ദ്ധവും ശീതവുമാണ്.

വിഴാലരി, കടലാടി, ത്രികടു, മരമഞ്ഞൾ, അതിവിടയം, നെന്മേനിവാകക്കുരു ചെചുണ്ടയരി, മുരിങ്ങക്കുരു, ഇലിപ്പക്കാതൽ, ഇന്തുപ്പ്, രസാഞ്ജനം, ചിറ്റേലം, പ്രേരേലം, കായം തുടങ്ങിയ ഔഷധങ്ങളാണ് കൂടുതലും വിരേചനത്തിനായി ഉപയോഗിക്കുന്നത്.

പ്രധമന നസ്യം

മുകളിൽ പറഞ്ഞ ഔഷധങ്ങളും കട്ഫലചൂർണ്ണവും, നാസികാചൂർണ്ണം തുടങ്ങിയ ചൂർണ്ണക്കൂട്ടുകളുമാണ് പ്രധാന നസ്യത്തിനായി ഉപയോഗിക്കുന്നത് ചൂർണ്ണ രൂപത്തിൽ നസ്യം ചെയ്യുന്നതിനെയാണ് പ്രധമന നസ്യം എന്ന് പറയുന്നത്

---

* വിരേചനം ശിരശൂലം ജാള്യസ്യന്ദഗളാമയേ
ശോഫഗന്ധകൃമി ഗ്രന്ഥികുഷ്ഠാപസ്മാര പീനസേ
(അ. സൂ. 20/2)

അവപീഡക നസ്യം

പച്ചയായുള്ള സസ്യങ്ങൾ അരച്ചെടുത്ത് അതിന്റെ നീര് മുണ്ടിൽ പിഴിഞ്ഞെടുത്തു ചെയ്യുന്ന നസ്യങ്ങളാണ് അവ പീഡകനസ്യം. തുളസി, വേപ്പില, ബ്രഹ്മി, ചിറ്റമൃത് തുടങ്ങിയ മൃദു ഔഷധങ്ങൾ ചതച്ച് നീരെടുക്കുന്നതു മാത്രമല്ല ത്രികടു, ഇന്തുപ്പ്, കായം, മീറ പൊടിച്ചരച്ചെടുത്ത് മറ്റ് ചാറുകളുമായി ചേർത്തു നസ്യം ചെയ്താലും അവയും അവപീഡക നസ്യം തന്നെയാണ്.

പാമ്പുകടികൊണ്ട് മോഹാലസ്യപ്പെടുക, ക്ഷതമേറ്റ് മോഹാലസ്യപ്പെടുക, അപസ്മാരം, തലയ്ക്കുമരവിപ്പ്, ജാഡ്യം ഇത്തരം അവസ്ഥകളിലെല്ലാം തന്നെ അവപീഡക നസ്യമാണ് ചെയ്യുന്നത്. സസ്യഗണത്തിൽപ്പെടുന്ന മിക്കവാറും എല്ലാ ഔഷധങ്ങളും അവ പീഡകരൂപത്തിൽ എടുത്തുപയോഗിക്കാം. അവപീഡകം എന്ന വാക്കിനർത്ഥം ചതച്ചരച്ച് പിഴിഞ്ഞെടുക്കുക എന്നാണ്.

ബൃംഹണ നസ്യം

മാംസരസം, രക്തം, സ്നേഹദ്രവ്യങ്ങൾ, കല്ക്കം, കഷായം, നിര്യാസം ഇവകൊണ്ടു ചെയ്യുന്ന നസ്യം, അപബാഹുകം, ശോഷം, സൂര്യാവർത്തം മറ്റ് സ്ഥിരമായി ഉണ്ടാകുന്ന തലവേദനകൾ ശിരസ്സിനെയും കഴുത്തിനെയും ബാധിച്ചുണ്ടാകുന്ന വാതവ്യാധികൾ ഇവയിൽ ബൃംഹണ നസ്യം ചെയ്യുന്നു.

ശമനനസ്യം

ശുദ്ധജലം, പാല്, ബൃംഹണ നസ്യത്തിനു ചെയ്യുന്ന രക്തം, മാംസരസം, സ്വരസം ഇവകൊണ്ടെല്ലാം ശമനനസ്യം ചെയ്യാം. ഇത് പ്രധാനമായും വ്യംഗം എന്ന മുഖത്തു വരുന്ന നിറഭേദം, നീലിമ, കഷണ്ടി, നര എന്നീ രോഗങ്ങളിലാണ് ഈ നസ്യം ചെയ്തു വരുന്നത്. മറ്റ് നസ്യങ്ങളെ അപേക്ഷിച്ച് ശമന നസ്യത്തിന്റെ മാത്ര കൂടുതലാണ്. യോഗാചാര്യന്മാർ യോഗമുറയുടെ ഭാഗമായി ചെയ്തു വരുന്നതും ശമനനസ്യമാണ്.

പ്രതിമർശനസ്യം

എപ്പോഴും ഏതു പ്രായക്കാർക്കും നിത്യവും ചെയ്യാവുന്ന നസ്യമാണ് പ്രതിമശ്നവും. ഓരോ മൂക്കിലും ഒഴിക്കുന്ന പ്രതിമശ് നസ്യത്തിന്റെ മാത്ര രണ്ടു തുള്ളിയാണ്. സ്നേഹദ്രവ്യങ്ങൾ മാത്രമാണ് പ്രതിമശ്നത്തിന് ഉപയോഗിക്കുന്നതും. ഇവിടെ ഒരുതുള്ളിയുടെ അളവ് ഒരു ചൂണ്ടുവിരലിന്റെ ആദ്യത്തെ രണ്ടു മുട്ടുവരെ മുക്കി എടുത്താൽ അതിൽ നിന്ന് ഇറ്റു വീഴുന്ന ഓരോ തുള്ളിയുടെയും അളവാണ് തുള്ളിയുടെ മാത്ര. ഒരു ദിവസം തന്നെ പതിനാല് അവസരങ്ങളിൽ പ്രതിമർശ്നസ്യം ചെയ്യാം. പല്ലു തേച്ചതിനു ശേഷം, പ്രഭാതത്തിൽ വഴിയാത്രതുടങ്ങുന്നതിനു മുൻപ്, വഴിയാത്രയ്ക്കു

ശേഷം വ്യായാമത്തിനുശേഷം, ലൈംഗികബന്ധത്തിനുശേഷം മലമൂത്ര വേഗങ്ങൾക്കു ശേഷം, അഞ്ജനമെഴുതിയതിനുശേഷം, കമ്പള ഗൃഹ ത്തിനു ശേഷം, ഊണുകഴിഞ്ഞതിനുശേഷം, പകലുറക്കത്തിനും വമന വിരേചന കർമ്മങ്ങൾക്കുംശേഷം, വൈകുന്നേരം. ഈ രീതിയിൽ എപ്പോൾ വേണമെങ്കിലും പറയത്തക്ക പൂർവ്വ കർമ്മങ്ങൾ ഇല്ലാതെ തന്നെ പ്രതിമ ശ്നസ്യം ചെയ്യാം. കഴുത്തിനു മുകളിലുള്ള രോഗങ്ങളിലും നേത്രരോഗ ങ്ങളിലും ജരാനരകളിലും ഓർമ്മക്കുറവിലും ഈ നസ്യം ഹിതം.

പ്രധാന നസ്യൗഷധയോഗങ്ങൾ

ക്ഷീരബല/ക്ഷീരബല ആവർത്തികൾ

ക്ഷീരബലവും ക്ഷീരബലയുടെ 11, 21, 51, 101 ഈ വിധമുള്ള ആവർത്തികളുമാണ് ഏറ്റവും കൂടുതലായി നസ്യത്തിനായി ഉപയോഗി ക്കുന്ന ഔഷധം.

ക്ഷീരബല ഉണ്ടാക്കുന്ന വിധം

വിധിപ്രകാരം കാച്ചി എടുത്ത കഷായം 4 ലിറ്റർ. കഷായത്തിന്റെ നാലിൽ ഒന്ന് (1 ലിറ്റർ) എള്ളെണ്ണ, എണ്ണയുടെ നാലിൽ ഒന്ന് കുറുന്തോട്ടി വേര് അരച്ച കല്കം കഷായത്തിനുസമം പശുവിൻപാൽ ഇവയെല്ലാം കൂട്ടിച്ചേർത്ത് കാച്ചി എടുക്കുന്നതാണ് ക്ഷീരബല. ഇതിൽ വീണ്ടും തൈല ത്തിനു സമം കുറുന്തോട്ടിക്കഷായവും കഷായത്തിൽ സമം പാലും ചേർത്ത് വീണ്ടും കാച്ചി തൈലമാക്കി എടുക്കണം. ഈ വിധം ആവർത്തി ച്ചെടുക്കുന്നതാണ് ക്ഷീരബല 11 ആവർത്തി, 21 ആവർത്തി, 51 ആവർത്തി, 101 ആവർത്തി എന്ന പേരിൽ എത്ര ആവർത്തിച്ചോ അത്രയും ക്ഷീരബല 21 ആവർത്തി, 51 ആവർത്തി, 101 ആവർത്തി എന്ന് നാമകരണം ചെയ്യും. ഇങ്ങനെ ആവർത്തിക്കുന്നതുകൊണ്ട് എണ്ണയുടെ ശക്തിയും വീര്യവും ഗുണവും വർദ്ധിക്കും.

എല്ലാത്തരം വാതവ്യാധികളിലും തലയുടെ മരവിപ്പിനും ഉന്മാദം, അപ സ്മാരം എന്നീ രോഗങ്ങളിലും ക്ഷീരബല ആവർത്തിച്ചതു കൊണ്ട് നസ്യം ചെയ്യും.

അണുതൈലം

മരമഞ്ഞൾ തൊലി, അതിമധുരം, കുഴിമുത്തങ്ങാ, അകിൽ, ശതാവ രിക്കിഴങ്ങ്, പുണ്ഡരീകക്കരിമ്പ്, കൂവളവേര്, ചെങ്ങഴുനീർക്കിഴങ്ങ്, ചെറു വഴുതിന വേര്, വെൺ വഴുതിനവേര്, ചിറ്റീന്തർ, ഓരിലവേര്, മൂവില വേര്, വിഴാലരി, പച്ചില, ചിറ്റേലം, അരേണുകം, താമരയല്ലി, കുറുന്തോട്ടിവേര്, ഇവ ഓരോന്നും അരപ്പലം വീതം (24 ഗ്രാം) വീതമെടുത്ത് അതിന്റെ 10 ഇരട്ടി വെള്ളത്തിൽ കഷായം വെച്ച് പത്തിൽ ഒന്നായി വറ്റിച്ചെടുക്കുക.

ഈ കഷായത്തിന്റെ പത്തിൽ ഒന്ന് എണ്ണയും ചേർത്ത് എണ്ണയുടെ നൂറിൽ ഒന്നും ഈ മരുന്നുകൾ തന്നെ കല്ക്കമായി എണ്ണയും ചേർത്ത് കാച്ചി എണ്ണയാക്കി എടുക്കും. ഈ എണ്ണയ്ക്കു സമം വീണ്ടും അതേ കഷായം ചേർത്ത് കാച്ചി എണ്ണയാക്കുക. ഇങ്ങനെ ഒൻപതു തവണ തുടരുക. പത്താമത്തെ തവണ എണ്ണയ്ക്കു സമം കഷായവും കഷായത്തിനു സമം ആട്ടിൻ പാലും ചേർത്ത് കാച്ചി അരിച്ചെടുക്കുക.

ഈ എണ്ണം കൊണ്ട് നസ്യം ചെയ്താൽ കഫവികാരങ്ങൾ, ശിരോരോഗങ്ങൾ ചർമ്മരൂക്ഷത നേത്രരോഗങ്ങൾ കർണ്ണരോഗങ്ങൾ ഇവയ്ക്ക് നന്ന്.

ധന്വന്തരതൈലം ആവർത്തിച്ചതും

കുറുന്തോട്ടി വേര് 24 പലം, ദശമൂലം-ഓരോന്നും, യവം, ലന്തക്കുരു, പഴയ മുനിയ ഇവ 35 ഗ്രാം വീതമെടുത്ത് കഷായം വയ്ക്കുക. മേദ, മഹാമേദ, ദേവതാരം, മഞ്ചട്ടി, കാകോളി ക്ഷീരകാകോളി, ചന്ദനം, നറുനീണ്ടി, വെള്ളക്കൊട്ടം, തമരം, ജീവകം, ഇവയും ഉലുവ, കന്മദം, വയമ്പ്, അകിൽ, തഴുതാമവേര്, അമുക്കുരം, ശതാവരിക്കിഴങ്ങ് പാൽ മുതുക്കിൽ കിഴങ്ങ്, ഇരട്ടി മധുരം, ത്രിഫല, നറുംവശ, ശതകുപ്പ, കാട്ടുഴുന്നിൽ വേര്, കാട്ടുപയറിൽ വേര്, ഏലം, ഇലവർഗം, പച്ചില ഇവ ഓരോന്നും അഞ്ചു ഗ്രാം വീതമെടുത്ത് പൊടിച്ചരച്ച് കല്കമായി എടുക്കുക. മുകളിൽ പറഞ്ഞ കഷായവും കല്കവും ഒരിടങ്ങഴി എള്ളെണ്ണയും 6 ഇടങ്ങഴി പാലും ചേർത്ത് കാച്ചി അരിക്കുന്നു. ഈ അരിച്ചെടുത്ത എണ്ണ സമം പാലും, കഷായവും ചേർത്തും വീണ്ടും കാച്ചാം. ഇങ്ങനെ 21, 51, 101 തവണ ആവർത്തിക്കാം.

ഈ ധന്വന്തരം തൈലവും ആവർത്തന തൈലവും എല്ലാവിധ വാതത്തിനും രോഗങ്ങളിലും നസ്യത്തിനായി ഉപയോഗിക്കാം.

നാസികാ ചൂർണ്ണം

നെല്ലിക്കാത്തോട്, ജീരകം, മയിൽപ്പീലി, ഗ്രാമ്പൂ, താന്നിക്കാ, ജാതിപത്രി ഇരുവേലി, രാമച്ചം, വെള്ളക്കെട്ടാം ഇരട്ടിമധുരം, കച്ചോലക്കിഴങ്ങ്, ചീനമുളക്, മഞ്ഞൾ, മരമഞ്ഞൾ, ചിറ്റീന്തൽ, ഏലത്തരി, ഇലവർങ്ഗം, പച്ചില, നാഗപ്പൂവ്, ചന്ദനം ഇവയെല്ലാം സമമെടുത്തു പൊടിച്ച് ചെറുനാരങ്ങാ നീരിലരച്ച് ഉണക്കി അതുവീണ്ടും കരിക്കിൻ വെള്ളത്തിലരച്ച് ഉണക്കി പൊടിച്ചെടുക്കും. ഇതിൽ പച്ചക്കർപ്പൂരവും സാമ്പ്രാണിയും ചേർത്ത് അടച്ചു സൂക്ഷിച്ചു വെക്കും.

ദുഷ്ടപീനസം, ശിരോരോഗങ്ങൾ, ചുമശിരോജാഢ്യം, സൂര്യാവർത്തം, തലവേദന ഇവയിൽ നസ്യം ചെയ്യും.

ജീവന്ത്യായദി നസ്യം

അടപതിയൻ കിഴങ്ങ് കഷായം വെച്ച് അരിച്ചെടുത്ത് അതിൽ അടപ

തിയൻ കിഴങ്ങ്, കുറുന്തോട്ടിവേര്, വെൺകുറുന്തോട്ടി വേര്, ഊരകത്തിൻ വേര്, ശതാവരിക്കിഴങ്ങ്, ഇരട്ടി മധുരം ഇവ കല്ക്കവുമാക്കി നല്ലെണ്ണയും ചേർത്ത് കാച്ചി അരിച്ച് നസ്യം ചെയ്യാൻ നേത്രരോഗങ്ങൾ വിശേഷിച്ച് തിമിര രോഗം മാറിക്കിട്ടും (സഹസ്രയോഗം)

സർപ്പവിഷത്തിന് നസ്യം

മുരുക്കില, എരുക്കില, വേപ്പില ഇവ ഇടിച്ചു പിഴിഞ്ഞെടുത്ത തീരു കൊണ്ട് നസ്യം ചെയ്യുക. (സഹസ്രയോഗം)

പാഠ്യാദിനസ്യം

പാടക്കിഴങ്ങ്, മഞ്ഞൾ, മരമഞ്ഞൾ, പെരുംകുരുമ്പവേര്, ചെറുതിപ്പ ലി, പിച്ചകത്തില, നാഗദന്തിവേര് ഇവ കഷായമായും കല്കമായും ചേർത്തുണ്ടാക്കിയ എണ്ണകൊണ്ടു നസ്യം ചെയ്താൽ പീനസം മാറിക്കി ട്ടും. (ചക്രദത്തം)

ചില സവിശേഷ നസ്യങ്ങൾ

ഗുഡാദിപിപ്പല്യാദി നസ്യങ്ങൾ

ശർക്കരയും ചുക്കും കൂടിയോ തിപ്പലിയും ഇന്തുപ്പും കൂടിയോ പച്ച വെള്ളത്തിൽ അരച്ച് നസ്യം ചെയ്യാം. ശിരോരോഗം, കഴുത്തുരോഗങ്ങൾ, കണ്ഠരോഗങ്ങൾ ഇവയെ ശമിപ്പിക്കുന്നു. (ശാർങ്ഗ ധരം)

മധുകസാരാദി നസ്യം

ഇലിപ്പക്കാതൽ, തിപ്പലി ഇവ ചൂടുവെള്ളത്തിൽ അരച്ചോ വയമ്പ്, കുരുമുളക്, ഇന്തുപ്പ് ഇവ ചൂടുവെള്ളത്തിൽ അരച്ചോ നസ്യം ചെയ്യാം. അപസ്മാരം ശമിക്കും. ഓർമ്മശക്തി ഉണ്ടാകും.

കുങ്കുമ നസ്യം

കുങ്കുമപ്പൂവ് (സാഫ്റോൺ) നെയ്യിൽ വറുത്ത് സമം പഞ്ചസാരയും ചേർത്ത് പൊടിച്ച് പാലിൽ അരച്ച് നസ്യം ചെയ്യാം. ഇത് സൂര്യാവർത്തം, മറ്റ് തലവേദനകൾ ഇവയെ ശമിപ്പിക്കും. വ്യംഗം എന്ന ചർമ്മരോഗത്തിനും നന്ന്.

മാഷാദിനസ്യം

ഉഴുന്ന്, നായ്ക്കുരണപ്പരിപ്പ്, ചിറ്റരത്ത, കുറുന്തോട്ടിവേര്, ആവണ ക്കിൻവേര്, ഗന്ധതൃണം, അമുക്കുരം ഇവ സമമെടുത്തു കഷായം വച്ച് അതുകൊണ്ട് നസ്യം ചെയ്താൽ വാതരോഗം ശമിക്കും

മധുയഷ്ട്യാദി തൈലം (അഷ്ടാംഗഹൃദയം, ചി. 22/41-44)

വിധിപ്രകാരം വെച്ചുണ്ടാക്കിയ യഷ്ടിമദ്ധ്യ കഷായം 4800 മില്ലി, പശുവിൻ പാല് 3072 മില്ലി നിലതൈലം, 3072 മില്ലി.

കല്ക്കത്തിന്

കീഴാനെല്ലി, ദർഭപ്പുല്ല്, പാൽ മുതുക്കിൻകിഴങ്ങ്, ശതാവരി, ചന്ദനം, പാച്ചോറ്റിത്തൊലി, ഹംസപാദി, ജഡാംമാഞ്ചിമേദ, മഹാമേദ, ചിറ്റമൃത്, കാകോളി, ക്ഷീരകാകോളി, പതിമുഖം, ഇലവർങ്ഗത്തിന്റെ ഇല, പുലിച്ചുവടി, ഇരുവേലി, പുണ്ഡരീകക്കരിമ്പ്, മഞ്ചട്ടി, നറുനീണ്ടി ഇവ ഓരോന്നും 19 ഗ്രാം വീതമെടുത്ത് പൊടിച്ചരച്ച് കല്ക്കമാക്കുക.

മുകളിൽ പറഞ്ഞ ഇരട്ടിമധുരക്കഷായം

പശുവിൻ പാല്, എള്ളെണ്ണ, കല്കം ഇവ ചേർത്ത് മന്ദാഗ്നിയിൽ പാകം ചെയ്തെടുക്കുക.

ഇത് നേത്രരോഗങ്ങൾ, ശിരോരോഗങ്ങൾ, പൈത്തിക വികാരം ഇവയെ ശമിപ്പിക്കുന്നു.

മേദ, മഹാമേദ, കാകോളി ക്ഷീരകാകോളി ഇവ ലഭ്യമാകുന്നില്ലെങ്കിൽ ശതാവരി, അമുക്കുരം, പാൽമുതുക്ക് ഇവ ചേർക്കണം.

ഷഡ്ബിന്ദു തൈലം

1. കയ്യോന്നി നീര് 3072 മില്ലി,
2. ആട്ടിൻപാല് 3072 മില്ലി
3. തിലതൈലം 768 മില്ലി
4. കല്കം

ആവണക്കിൻ വേര്, തഗരം, ചിറ്റരത്ത, ശതകുപ്പ, ഇന്തുപ്പ്, തേജപത്രം, വിഴാലരി, ഇരട്ടിമധുരം, ചുക്ക്, ഇവ ഓരോന്നും 19 ഗ്രാം വീതമെടുത്തു പൊടിച്ചരച്ചെടുത്തത്.

ഉണ്ടാക്കുന്നരീതി: കയ്യോന്നി നീര്, ആട്ടിൻപാല്, എള്ളെണ്ണ, കല്കം ഇവ എല്ലാം കൂടി ചേർത്ത് മന്ദാഗ്നിയിൽ പാകം ചെയ്ത് മൃദുഹകത്തിൽ അരിച്ചെടുക്കുക.

ഇതുകൊണ്ട് നസ്യം ചെയ്താൽ ഭുജത്തിലുണ്ടാകുന്ന വേദന മാറികിട്ടും. ഭുജങ്ങൾക്ക് ശക്തി ഉണ്ടാക്കും. ദന്തരോഗം, ദൃഷ്ടിരോഗങ്ങൾ ശിരോരോഗങ്ങൾ ഇവയ്ക്ക് ശമനമുണ്ടാകും.

8

രക്തമോക്ഷം

വാതം, പിത്തം, കഫം എന്നീ ത്രിദോഷങ്ങളെപ്പോലെതന്നെ ശരീരത്തിലുടനീളം വ്യാപിച്ചിരിക്കുന്നതും ശരീരത്തിന്റെ ക്ഷയവൃദ്ധിക്കും ആരോഗ്യത്തിനും അനാരോഗ്യത്തിനും കാരണമാകുന്നതുമായ ഒരു ധാതുവാണ് രക്തം. ശുദ്ധരക്തം ശരീരത്തിന്റെ വളർച്ചയ്ക്കും പോഷണത്തിനും ആരോഗ്യത്തിനും ശരീരത്തിന്റെ പ്രതിരോധത്തിനും കാരണമാകുന്നതുപോലെ അശുദ്ധരക്തം ശരീരത്തിന്റെ ശോഷണത്തിനും അനാരോഗ്യത്തിനും രോഗത്തിനും കാരണമാകുന്നു. അതുകൊണ്ട് അശുദ്ധരക്തത്തെ ശരീരത്തിൽനിന്നു കളയാമെന്നത് ആരോഗ്യത്തിന് ഏറെ ഹിതകരമായുള്ളതുകൊണ്ടാണ് രക്തമോക്ഷം എന്ന ക്രിയയെ പഞ്ചകർമ്മം എന്ന ശോധന ചികിത്സയിൽ ഉൾപ്പെടുത്തി ഇരിക്കുന്നത്.

രക്തമോക്ഷം ഭേദങ്ങൾ

ജളൂകാവചരണം, പ്രച്ഛാനം, സിരാവേധം, ശൃംഗാവചരണം ഇവയാണ് പ്രധാന രക്തമോക്ഷവിധികൾ.

രക്തമോക്ഷത്തിന് അർഹരായവർ

രക്തദുഷ്ടികൊണ്ടുള്ള രോഗങ്ങളിലാണ് രക്തമോക്ഷം ചെയ്യുന്നത് വ്രണം, കുഷ്ഠം, വാതരക്തം, നേത്രരോഗങ്ങൾ, വിചർച്ചിക തുടങ്ങിയ ചർമ്മരോഗങ്ങൾ, വിഷജന്തുക്കളുടെ കടി ഏല്ക്കുക, വിസർപ്പം, ഗുദപാകം, ലിംഗത്തിലുണ്ടാകുന്ന വ്രണങ്ങളും ചർമ്മരോഗങ്ങളും ഗുൻമം, നീലിക എന്ന മുഖത്തുണ്ടാകുന്ന ചർമ്മരോഗം കാമല, കരിമംഗല്യം, തിലകാളകം (black mole) ഭദ്രം ചർമ്മദളം, ശ്വിത്രം, വായ്നാറ്റം, ഗുരുഗാത്രത, തലവേദന, (ഒരുച്ചെന്നികുത്ത്, സൂര്യവർത്തം) കോഷ്ഠം (allergic rushes)

മഷകം, നൃഛം (black pigmentation) അർശസ്സ്, ഇന്ദ്രലുല്പം, തലച്ചുറ്റൽ എന്നീ രോഗങ്ങളിൽ രക്തമോക്ഷം വിധിക്കുന്നു.

രക്തമോക്ഷം പാടില്ലാത്തവർ

ഭയമുള്ളവർ, ദുർബ്ബലർ, ശക്തമായ വിളർച്ച രോഗമുള്ളവർ, ശരീരമാസകലം നീരുള്ളവർ, ഗർഭിണി, ഹീമോഫീലിയ എന്ന രോഗമുള്ളവരും രക്തമോക്ഷം ചെയ്യാൻ പാടില്ല.

ജളൂകാവചരണം (അട്ട ഇട്ട് രക്തംകളയൽ)

നല്ല അട്ടയുടെ ലക്ഷണം:

ശുദ്ധമായ ജലമുള്ള തടാകങ്ങളിൽ വളരുന്ന അട്ടയായിരിക്കണം. കരുവാളിച്ച നിറമുള്ളതും ഉരുണ്ടതും പൃഷ്ഠഭാഗം കഷായ വർണ്ണമുള്ളതും ചെറിയ ശരീരമുള്ളതുമായ അട്ടയാണ് വിഷരഹിതമായ അട്ട. ഈ അട്ടയെ ഒരു ചെറിയ സ്ഫടികപ്പാത്രത്തിൽ അല്പം വെള്ളമെടുത്ത് അതിൽ അല്പം മഞ്ഞൾപ്പൊടി കലക്കിയിട്ട്, അതിൽ 45 മിനിട്ട് അട്ടയെ ഇടണം. ഈ സമയം അട്ട ഇഴയുകയും മറിയുകയുമെല്ലാം ചെയ്യും. 45 മിനിട്ടു കഴിഞ്ഞാൽ അതിനെ ശുദ്ധ ജലത്തിലേക്ക് മാറ്റണം.

അട്ടയെക്കൊണ്ടു കടിപ്പിക്കുന്ന രീതി:

നല്ല അട്ട അശുദ്ധരക്തമേ കുടിക്കൂ എന്നൊരു അഭിപ്രായം നിലവിലുണ്ട്. അട്ട കടിക്കേണ്ട സ്ഥലത്തുള്ള രക്ത മാർക്ക് ചെയ്തിട്ട് അട്ടയെ ആ സ്ഥാനത്തു കൊണ്ടു വെക്കണം. അല്പം കഴിയുമ്പോൾ അട്ട അവിടന്ന് രക്തം കുടിക്കാൻ തുടങ്ങുകയും അട്ട രക്തം കുടിക്കുന്നതിനനുസരിച്ച് വിർത്തുവരുകയും ചെയ്യും. എന്നാൽ ചിലപ്പോൾ അട്ട രക്തം കുടിക്കുന്നതിൽ മടി കാണിച്ചെന്നു വരും. അങ്ങനെയാണെങ്കിൽ കടിക്കേണ്ട സ്ഥലത്ത് ഒരു സൂചി കൊണ്ടു കുത്തി രക്തം അവിടെ പൊടിച്ചു വരുത്തണം. അല്ലെങ്കിൽ ഒരു തുള്ളി രക്തം മറ്റെവിടെ നിന്നെങ്കിലും കുത്തി എടുത്ത് അവിടെ വെക്കണം. എന്നിട്ട് അട്ടയുടെ മുഖം ആ രക്തകണത്തോട് അരികു ചേർത്ത് വെക്കണം. ആദ്യം അട്ട ആ രക്തം കുടിക്കുകയും ആ രക്തം കുടിച്ച് തീർന്നാൽ അതിനു കീഴി

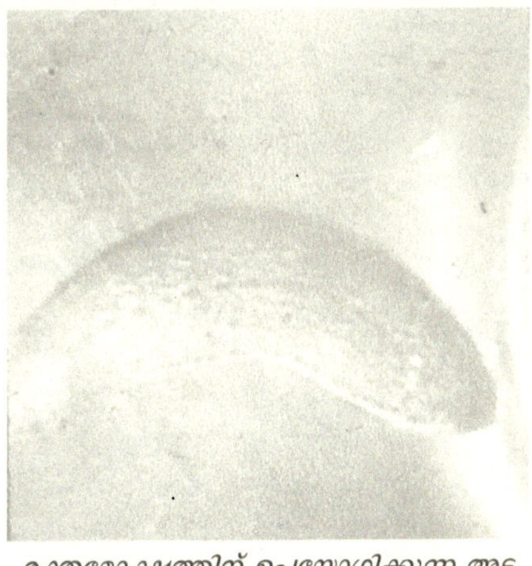

രക്തമോക്ഷത്തിന് ഉപയോഗിക്കുന്ന അട്ട

ലായി അട്ട തന്റെ കൊമ്പു കുത്തി ഇറക്കി രക്തം കുടിച്ചുതുടങ്ങുകയും ചെയ്യും. അട്ട രക്തം കുടിച്ചു വീർക്കാൻ തുടങ്ങുമ്പോൾ അതിന്റെ പുറത്ത് ചെറിയൊരു തുള്ളിക്കഷണമോ പഞ്ഞിയോ നനച്ചിടണം. അട്ട രക്തം കുടിച്ച് അതിൽ ശരീരത്തിന് താങ്ങാവുന്നത്രയും രക്തം കൊണ്ടു വീർക്കുമ്പോൾ അത് കടി വിടുന്നു. അട്ട കടി വിടുമ്പോൾ ആ കടിപ്പാടിൽ ചിലപ്പോൾ രക്തം വാർന്നു കൊണ്ടിരിക്കും. അത് കുറച്ചു കഴിയുമ്പോൾ തനിയേ നില്ക്കും. നിന്നില്ലെങ്കിൽ മുറിവായിൽ തേൻ പുരട്ടിയിട്ട് തുടച്ചതിനു ശേഷം തണുത്ത വെള്ളം ധാരകോരുകയോ ഒരു മുണ്ട് നനച്ചിട്ടിട്ട് അതിന്റെ മുകളിൽ ഐസ് വെക്കുകയോ ചെയ്യണം. ദുഷിച്ച രക്തം പൂർണ്ണമായും പോയില്ലെന്നു കണ്ടാൽ മറ്റൊരട്ടയെ ഇട്ട് രക്തം കുടിപ്പിക്കണം. ദുഷിച്ച രക്തം പൂർണ്ണമായും പോകുന്നതുവരെ അട്ടകളെ മാറിമാറി ഇടാം.

ഒരട്ട രക്തം നിറയെ കുടിച്ചതിനുശേഷം കുടി മതിയാക്കി താഴെ വീണാൽ അതിന്റെ ശരീരം നല്ലെണ്ണയും തവിടുംകൊണ്ട് ഉഴിയണം. അതിനുശേഷം ഒരു കൈകൊണ്ട് വാൽ ഭാഗത്തു പിടിച്ചിട്ട് മറ്റേ കൈയിലെ ചൂണ്ടുവിരൽകൊണ്ട് വാൽഭാഗത്തു നിന്ന് മുകളിലേക്ക് തലഭാഗത്തേക്ക് അമർത്തിത്തടവി, കുടിച്ച രക്തം ഛർദ്ദിപ്പിച്ചുകളയണം. അട്ട കുടിച്ച അശുദ്ധരക്തം പൂർണ്ണമായും അതിന്റെ ശരീരത്തിൽ നിന്ന് പോകുന്നതു വരെ ഈ പ്രക്രിയ തുടരണം. അതിനുശേഷം അട്ടയെ ശുദ്ധമായ വെള്ളത്തിൽ ഇടണം. വെള്ളത്തിലിട്ടാൽ പൂർണ്ണമായും അശുദ്ധ രക്തം ശരീരത്തിൽ നിന്നു പോയ അട്ടയാണെങ്കിൽ അത് ആഹാരത്തിനുവേണ്ടിയുള്ള തിരച്ചിൽ തുടങ്ങും. എന്നാൽ അട്ട നേരെ വെള്ളത്തിന്റെ അടിഭാഗത്തു പോയി അനങ്ങാതെ കിടക്കുകയാണെങ്കിൽ അതിന്റെ ശരീരത്തിൽ കുടിച്ച അശുദ്ധരക്തം ബാക്കി ഉണ്ടെന്ന് അനുമാനിക്കാം. അങ്ങനെ ആണെങ്കിൽ ആ അട്ടയെ വീണ്ടും എടുത്ത് ശേഷിക്കുന്ന രക്തത്തെ ഛർദ്ദിപ്പിച്ചു കളയണം. പൂർണ്ണമായും അശുദ്ധരക്തം ഛർദ്ദിച്ചുപോയ അട്ടയെ തുടർന്നുള്ള ദിവസങ്ങളിൽ രക്തമോക്ഷണത്തിനായി ഉപയോഗിക്കാം.

കടിവായിൽ സൂചികൊണ്ട് കുത്തിയതുപോലുള്ള വേദനയും ആ കടിഭാഗത്തിന്റെ നാലുവശത്തും അസഹ്യമായ ചൊറിച്ചിലും അനുഭവപ്പെട്ടാൽ അട്ട കുടിക്കുന്നത് ശുദ്ധരക്തമാണെന്ന് മനസ്സിലാക്കി ഉടനേ അട്ടയെ മാറ്റണം.

പ്രച്ഛാനം (രക്തം മൊത്തിക്കളയൽ)

പ്രച്ഛാനത്തിനുപയോഗിക്കുന്ന വസ്തുക്കളും രക്തം കളയുന്ന രീതിയും

1. മൂർച്ചയുള്ളതും തുരുമ്പിക്കാത്തതും അഗ്രം കൂർത്തുമായ കത്തി. രക്തവാർച്ച നടത്തേണ്ട സ്ഥലം നല്ലതുപോലെ കഴുകി തുടച്ചു വൃത്തിയാക്കുന്നു. ആദ്യം അടിയിൽ കൊത്തുകയും അതിനുശേഷം മുകളിലേക്കു കൊത്തുകയും ചെയ്യും. മർമ്മം, സിരം, ധറാമി, ഇവിടങ്ങൾ ഒഴിച്ചു വേണം കൊത്താൻ

2. ശൃംഗയന്ത്രം

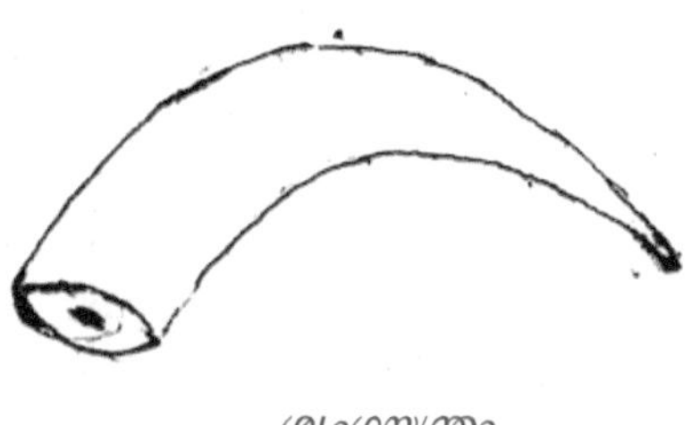

ശൃംഗയന്ത്രം

കാള, പോത്ത് ഇവയുടെ കൊമ്പാണ് ഇവിടെ ഉപയോഗിക്കുന്നത്. ഇതിൽ കാളക്കൊമ്പാണ് സാധാരണയായി ഉപയോഗിക്കുന്നത്. കൊമ്പിനുള്ളിലെ വസ്തു ചിരണ്ടിക്കളഞ്ഞ് ഒരു കുഴൽ പോലെ മിനുസമാക്കി എടുക്കുക. രക്തം എടുക്കേണ്ട ഭാഗത്ത് ഒരു ചെറിയ മുറിവുണ്ടാക്കി കൊമ്പിന്റെ വലിയ വശം അതിനു മുകളിൽ വായു കേറാത്ത വിധം കമഴ്ത്തി ബലമായി അമർത്തി വെക്കുക. അകത്തുള്ള വായു സിറിഞ്ചു കൊണ്ട് മുകളിലെ ദ്വാരത്തിലൂടെ വലിച്ചു കളഞ്ഞ് ദ്വാരം മെഴുകു കൊണ്ടടയ്ക്കുക.

3. അലാബു

ചുരക്കയുടെ വിളഞ്ഞ കായ് എടുത്തുണക്കി അതിനുള്ളിലെ വിത്തുകളും മറ്റു വസ്തുക്കളും വെളിയിൽ കളയുന്നു. അതിൽ വളരെ ചുരുങ്ങിയ അഗ്രമുള്ളിടത്ത് ചെറിയ ദ്വാരവും വീർത്ത അഗ്രമുള്ളിടത്ത് വലിയ ദ്വാരവുമിടുന്നു. രക്തമോക്ഷം നടത്തേണ്ട ഭാഗത്ത് മറ്റേതെങ്കിലും മൂർച്ചയുള്ള വസ്തുകൊണ്ട് ഒരു മുറിവുണ്ടാക്കിയിട്ട് ചുരക്കയുടെ ചെറിയ ദ്വാരം അതിൽ അമർത്തിവെക്കുന്നു. ചുരക്കയുടെ വലിയ ദ്വാരത്തിലൂടെ അരികിലും ചുരക്കയിലും തട്ടാതെ ഒരു സ്പിരിറ്റിൽ മുക്കിയ പഞ്ഞിയോ അല്ലെങ്കിൽ മെഴുകുതിരിയോ കത്തിച്ച് അല്പനേരം പിടിച്ചിട്ട് അതിനുള്ളിലെ ഓക്സിജനെ കത്തിച്ച് നശിപ്പിച്ച് വായുരഹിതമാക്കിയിട്ട് ആ ദ്വാരം മെഴുകുകൊണ്ട് അടയ്ക്കുന്നു. ചുരക്കയുടെ ഉള്ള് വായുരഹിതമായിരിക്കുന്നതു കൊണ്ട് മുറിവായിൽനിന്നുള്ള രക്തം ചുരക്കയുടെ ചെറിയ ദ്വാരത്തിലൂടെ ഒഴുകി ചുരക്കയ്ക്കുള്ളിൽ നിറയുന്നു.

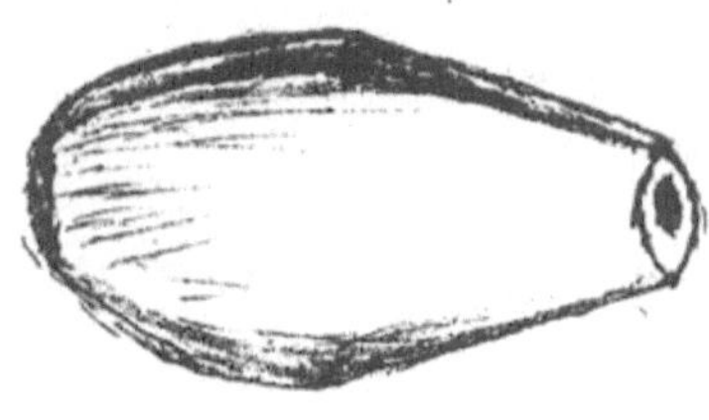

ചുരയന്ത്രം

സിരാവേധം

വളരെ അധികം രക്തദുഷ്ടി ഉണ്ടെന്നു ബോദ്ധ്യമായാൽ മാത്രമേ സിരാവേധം നടത്താൻ പാടുള്ളൂ. സിരാവേധം സിരയിലാണ് നടത്തുന്നത്. സിര ഒരിക്കലും കുറുകെ മുറിക്കാൻ പാടില്ല. സിര അറ്റു പോകാതെ സിര അല്പനീളത്തിൽ നല്ല പുതിയ ബ്ലേഡ് തീയിൽ കാണിച്ച് അണുവിമുക്ത

മാക്കിയിട്ട് തണുക്കുമ്പോൾ ആ ബ്ലേഡുകൊണ്ട് അല്പം നീളത്തിൽ പുറമെ ആയി മുറിക്കണം. ഒരു ചെറിയ കുഴൽ ആ മുറിവായിൽ ഘടിപ്പിച്ച് മറ്റേ അഗ്രം ഒരു പാത്രത്തിൽ നിർത്തണം. രോഗിയെ അതിനു മുൻപ് തന്നെ സ്വസ്ഥമായി ഇരുകൈയുള്ള കസേരയിൽ ഇരുത്തണം.

സ്നേഹസ്വേദകർമ്മങ്ങൾ ചെയ്ത് അന്തർശുദ്ധി വരുത്തിയിട്ടുവേണം രക്തമോക്ഷം നടത്തേണ്ടത്. രാവിലെ പ്രഭാതക്രിയകൾക്കു ശേഷം ലഘു ഭക്ഷണം കൊടുത്തതിനുശേഷം വേണം രോഗിയെ സിരാവേധത്തിന് ഇരുത്തേണ്ടത്.

സിരാവേധം വഴി രക്തമോക്ഷം നിശ്ചയിക്കുമ്പോൾതന്നെ രക്തവാർച്ച യഥാവിധി ഉണ്ടാകാനുള്ള മരുന്നും രക്തം നിർത്താനുള്ള മരുന്നും ഉണക്കിപ്പൊടിച്ച് വെക്കണം.

രക്തവാർച്ച ത്വരിതപ്പെടുത്താനുള്ള മരുന്നുകൾ:

തകരം, ഏലത്തരി, (ശൈലേയം) കൊട്ടം, പാടക്കിഴങ്ങ്, വിഴാലരി, ദേവതാരം, ചുക്ക്, കുരുമുളക്, തിപ്പലി, അട്ടക്കരി, മഞ്ഞൾ, എരുക്കിൻ ഞെട്ട്, ഉങ്ങ് ഇവ ഉണക്കിപ്പൊടിച്ചുവെക്കണം. എള്ളെണ്ണ, പുകയറ, ഉപ്പ് ഇവയും സജ്ജമാക്കിവെക്കണം. (അ. ഹൃ. സൂ. 27-36, 37)

രക്തവാർച്ച നില്ക്കാനുള്ള മരുന്നുകൾ

പാച്ചോറ്റിത്തൊലി, ഇരട്ടി മധുരം, ഞാഴൽ പൂവ്, ചപ്പങ്ങുരം, കാവി മണ്ണ്, രസാഞ്ജനം, ഇലവിൻപശ, ശംഖ് ഭസ്മം, യവം, ഗോതമ്പ്, ഉഴുന്ന് പട്ടിന്റെ കരി, നാല്പാമരപ്പട്ട, നാല്പാമരമൊട്ട് ഇവ പൊടിച്ച് മുറിവായിൽ വിതറുകയും പത്മകാദി ഗണത്തിലെ മരുന്ന് ശീതകഷായം വെച്ച് കുടിക്കുകയും ചെയ്യണം.* (ഈ കഷായം കാലേ കൂട്ടി വെച്ച് അവിടെ സൂക്ഷിക്കണം.)

ശുദ്ധരക്തത്തിന്റെയും അശുദ്ധരക്തത്തിന്റെയും ലക്ഷണങ്ങൾ

രക്തമോക്ഷം അശുദ്ധരക്തത്തെ മാത്രം വെളിയിൽ കളഞ്ഞ് അശുദ്ധരക്തംകൊണ്ടുള്ള കെടുതികളിൽനിന്ന് ശരീരത്തെ രക്ഷിക്കാനുള്ള ശോധന ചികിത്സാ രീതിയാണ്. അതുകൊണ്ട് ഇവ രണ്ടും തിരിച്ചറിയാ

---

* രക്തേത്വതിഷ്ഠതിക്ഷിപ്രം സ്തംഭനീമാചരേൽക്രിയം
ലോധ്രപ്രിയംഗു പത്തംഗമാഷയഷ്ട്യാഹ്വാ ഗൈരികൈ:
മൂൽകപാലാഞ്ജനക്ഷൗമമഷീക്ഷീരിത്വഗം കുരൈ:
വിചൂർണ്ണയേത് വ്രണമുഖം പത്മകാദിഹിമം പി ബ്രേത്
(അ. ഹൃ. സു. 27-48, 49)

** മധുരം ലവണം കിഞ്ചിദശിതോഷ്ണമസംഹതം
പത്മേന്ദ്രഗോപ ഹേമാവിശശലോഹിതലോഹിതം
ലോഹിതം പ്രവേദച്ഛ ശുദ്ധം തനോസ്തേ നൈവചസ്ഥിതി:
(അ.ഹൃ.സൂ 27-1)

നുള്ള കഴിവ് വൈദ്യന് ഉണ്ടായിരിക്കണം.

ശുദ്ധരക്തത്തിന്റെ ലക്ഷണങ്ങൾ

വാതം, പിത്തം, കഫം, രോഗാണുബാധ, വിഷം ഇവകൊണ്ട് മലിനമാകാത്തതായിരിക്കണം രക്തം.

ശുദ്ധമായ രക്തം മധുര ലവണരസങ്ങളോടുകൂടിയതും ശീതോഷ്ണ സമ്മിശ്രവും ചെന്താമരയുടെ നിറത്തോട് തുല്യനിറമുള്ളതും ശരീരത്തിനുള്ളിൽ കട്ടപിടിക്കാത്തതുമായിരിക്കും. നിറംകൊണ്ട് കുറി ആടിന്റെയും മുയലിന്റെയും രക്തത്തിന് സമാനമായിരിക്കും.**

അശുദ്ധ രക്തലക്ഷണങ്ങൾ

വാതകോപം കൊണ്ട് രക്തം അശുദ്ധമായാൽ രക്തം ഏറെ നേർത്തിരിക്കും. രക്തം പതയോടുകൂടി കാണപ്പെടും.

പിത്തം കൊണ്ടു ദുഷിച്ച രക്തമാണെങ്കിൽ മഞ്ഞ കലർന്ന കലർപ്പു നിറം ചുവപ്പിനോടൊപ്പം ഉണ്ടാകും. ഉഷ്ണം കൂടിയിരിക്കും. വെളിയിലേക്ക് ഒലിക്കുന്ന രക്തം എളുപ്പം കട്ട ആകുകയില്ല.

കഫം കൊണ്ടു ദുഷിച്ച രക്തമാണെങ്കിൽ വഴുവഴുപ്പും കട്ടിയും കൂടിയിരിക്കും. രക്തം ഞെക്കി നോക്കിയാൽ അതിൽ ഒരു തരം തന്തുക്കൾ ഉള്ളതായി തോന്നും. ഒഴുക്കിനു വേഗത കുറയും. രക്തം വേഗത്തിൽ കട്ടപിടിക്കും.

കുഷ്ഠം തുടങ്ങിയ രോഗമുണ്ടെങ്കിൽ രക്തം രോഗാണുക്കൾ കൊണ്ട് മലിനമായിരിക്കും. പ്രമേഹരോഗത്തിൽ രക്തത്തിന് കൊഴുപ്പു കൂടിയിരിക്കും. കട്ടപിടിക്കാനുള്ള പ്രവണത വലുതാണ്. രക്തം മധുര രസത്തോടുകൂടിയിരിക്കും.

ത്രിദോഷ ദുഷ്ടികൊണ്ട് കുപിതമായ രക്തം മലിനവും എല്ലാ ദോഷങ്ങളുടെ കുപിത ലക്ഷണങ്ങളുള്ളതും കലങ്ങിയതുമായിരിക്കും.

ഏതെല്ലാം രോഗങ്ങൾക്ക് എവിടെയെല്ലാമുള്ള സിരകളെയാണ് വേധിക്കേണ്ടത്

രോഗസ്ഥാനങ്ങൾ	വേധിക്കേണ്ട സിരകൾ
ശിരോരോഗങ്ങൾ	നെറ്റിയിൽ
നാസാരോഗങ്ങൾ	നാസാഗ്രത്തുള്ള സിര
കഴുത്തിനുമുകളിലുള്ള ഗ്രന്ഥിരോഗങ്ങളിൽ	കഴുത്തിലും ശിരസ്സിലും ശംഖയിലുമുള്ള സിരകൾ
ഉന്മാദത്തിൽ	ഉരസ്സ്, അപാംഗം, നെറ്റി
അപസ്മാരം	ഹനുസന്ധിയിലുള്ള സിര
വിദ്രധികളിൽ	അതിനടുത്തുള്ള സിര വേദിക്കണം

ലിംഗരോഗം, ശുക്രരോഗം	ലിംഗത്തിലുള്ള സിര
അപചി എന്ന ഗ്രന്ഥിവീക്കത്തിന്	ഇന്ദ്രവസ്തി മർമ്മത്തിനു കീഴിലുള്ള സിര വേധിക്കണം
കോഷ്ഠകശീർഷകം എന്ന ഒരു മുട്ടിൽ ഉണ്ടാകുന്ന പെരുമുട്ടു വാതരക്തത്തിൽ	ഗുൽഫസന്ധിക്ക് 4 അംഗുലം മുകളിലുള്ള സിര.
പാദത്തിലുള്ള എല്ലാ രോഗങ്ങളിൽ	കർപരത്തിന്റെ മോളിലോ കീഴിലോ ഉള്ള സിര വേധിക്കണം.

രക്തമോക്ഷത്തിൽ രക്തം അധികം പോയാൽ ചെയ്യേണ്ട ചികിത്സ

ശീതോപചാരം ചെയ്ത് രക്തവാർച്ച ഉടൻ നിർത്തണം., പാച്ചോറ്റി തുടങ്ങിയ മുൻപു വിധിച്ച ഔഷധങ്ങൾ പൊടിച്ചു വിതറണം. പത്മകാദി ഗണത്തിലേയോ ന്യാഗ്രോധാദി ഗണത്തിലേയോ മരുന്നുകൾ കഷായ മായി കുടിക്കണം. അതേ ഗ്രൂപ്പിൽ പെട്ട രക്തം കൊടുക്കുക (Blood transfusion) അല്ലെങ്കിൽ കുടിപ്പിക്കുകയോ ചെയ്യുക. ആട്ടിൻ രക്തമോ മുയലിൽ രക്തമോ കുടിപ്പിക്കുക. പോഷകാഹാരങ്ങളും കൊടുക്കുക.

വേണ്ടത്ര രക്തം പോയില്ലെങ്കിൽ ചെയ്യേണ്ട കാര്യം

വേണ്ടത്ര അശുദ്ധരക്തം വെളിയിൽ പോയില്ലെന്നു കണ്ടാൽ വീണ്ടും സ്നേഹപാനം, അഭ്യംഗം ഇവകൊണ്ട് സ്നിഗ്ദ്ധ സ്വിന്നനാക്കിയിട്ട് സ്വേദ കർമ്മവും ചെയ്തിട്ട് വീണ്ടും രക്തമോക്ഷണം നടത്തണം. ആദ്യം വേധിച്ച സിര അടഞ്ഞുപോയിട്ടാണ് രക്തസ്രാവം നിലയ്ക്കുന്നതെങ്കിൽ മറ്റൊരു മുറിവ് അപ്പോൾ തന്നെ അതിനു മുകളിലായി അതേ സിരയിൽ ഉണ്ടാക്കിയിട്ട് രക്തം കളയാൻ ശ്രമിക്കണം.

അശുദ്ധരക്തം മാറി രക്തം ശുദ്ധമായാലുള്ള ലക്ഷണങ്ങൾ

ശരീരത്തിലുള്ള നിറഭേദം, ചൊറിച്ചിൽ ഇവ മാറിക്കിട്ടും. നല്ല നിറം, സൗന്ദര്യം, ശരീരപുഷ്ടി, അഗ്നിബലം ഇവ ഉണ്ടാകും. ഇന്ദ്രിയങ്ങളുടെ വിഷയ ഗ്രഹണശക്തി വർദ്ധിക്കും. ശാരീരികവും മാനസികവുമായ സുഖം അനുഭവപ്പെടും*

---

* ജത്രൂർദ്ധ്വ കഫവാതോത്ഥ വികാരാണാമജന്മനേ
ഉച്ഛേദായ ചജാതാനാം പിബേദ്ധൂമം സദാത്മവാൻ (അ.ഹൃ. 21-1)

* പ്രസന്നവർണ്ണേന്ദ്രിയ മിന്ദ്രിയാർത്ഥാ
നിച്ഛന്നമവ്യാഹത പക്തൃ വേഗം
സുഖാന്വിതം പുഷ്ടി ബലോപപന്നം
വിശുദ്ധരക്തം പുരുഷം വദന്തി
(അ.ഹു സൂ 28/53)

ധൂമപാനം

നസ്യകർമ്മത്തിനുശേഷം പ്രധാനമായും ചെയ്യുന്ന ഒരു ഉപകർമ്മമാണ് ധൂമപാനം. ധൂമപാനം വളരെ കരുതലോടുകൂടി ചെയ്യേണ്ട ഒരു കർമ്മമായിട്ടു കൂടിയാണ് ആചാര്യൻ അഭിപ്രായപ്പെടുന്നത്. കഴുത്തിനു മുകളിൽ അതായത് ശിരസ്സിൽ ഉല്പന്നമാകുന്ന കഫവാതകവികാരങ്ങളിലാണ് ധൂമപാനം ആചരിക്കുന്നത്.*

"സദാ ആത്മവാൻ ധൂമം പിബേത്, എപ്പോഴും കരുതലോടുകൂടി ധൂമപാനം ചെയ്യണമെന്ന് ആചാര്യൻ താക്കീത് നല്കുന്നതിൽ നിന്നും എക്കാലത്തും പുകയില തുടങ്ങിയ വസ്തുക്കൾ കൊണ്ടുള്ള ധൂമപാനം ആപത്കരമായ ഫലങ്ങൾ സൃഷ്ടിക്കുന്നതാണെന്ന് കണ്ടിട്ടു കൂടിയാകാം. അതിനാൽ ധൂമപാനത്തിന് പുകയില തുടങ്ങിയ വിഷവസ്തുക്കൾ ഉപയോഗിക്കാൻ പാടില്ല. ആയുർവ്വേദത്തിൽ ധൂമനത്തിനും ധൂമപാലത്തിനും ഉപയോഗിക്കുന്ന ഔഷധ ദ്രവ്യങ്ങളിൽ 99%വും അണുനാശന ശക്തിയുള്ള ഔഷധദ്രവ്യങ്ങളാണെന്നുള്ളത് ശ്രദ്ധേയമാണ്.

ധൂമപാനത്തിന് അയോഗ്യന്മാർ

പിത്തരക്തവികാരങ്ങൾ ഉള്ളവരിലും വിരേചനം ചെയ്തിരിക്കുന്നവരിലും ഉദര രോഗം (Asatis), പ്രമേഹം, മധുമേഹം എന്നീ രോഗങ്ങൾ ഉള്ളവരിലും (Diabetes insipidus & Diabetes mellitus) നേത്ര രോഗങ്ങൾ ഉള്ളവരിലും വിശേഷിച്ച് തിമിര രോഗം (Cataract). മത്സ്യം, മദ്യം, തൈര്, പാല്, തേൻ, നെയ്യ്, കൊഴുപ്പ്, എണ്ണ, വിഷം ഇവ കഴിച്ചിരിക്കുന്നവരും ശിരസ്സിന് ക്ഷതം ഏറ്റിരിക്കുന്നവരും രാത്രി ഉറക്കം ഇല്ലാത്തവരും ധൂമപാനം ചെയ്യാൻ പാടില്ല.

ധൂമപാനം അർഹിക്കുന്നവർ:

ശിരസ്സിനെ ബാധിച്ച കഫ വികാരങ്ങൾ, വാതകഫ വികാരങ്ങൾ ഇവയിലും നസ്യം ചെയ്തിരിക്കുന്നവരിലും ധൂമപാനം നിയന്ത്രിതമാത്രയിൽ നല്ലതാണ്.

ധൂമപാനദ്രവ്യങ്ങൾ

ഗുഗ്ഗുലു, അകിൽ, മുത്തങ്ങാ, തുണിയാങ്കം, ചേലേയം, മാഞ്ചി, രാമച്ചം, ഇരുവേലി, ഇലവർഗ്ഗപ്പട്ട്, അരേണുകം, അതിമധുരം, കൂവളക്കായുടെ അരി, ഏഅലാവാകം, തിരുവട്ടപ്പശ, ചെഞ്ചല്യം, നാന്മകഷുല്ലും, പൊൻമെഴുക്, കുഴിമുത്തങ്ങാ, ചിറ്റിനൂൽ, കുങ്കുമപ്പൂവ്, ഉഴുന്ന്, യവധന്യം, കുന്തിരിക്കം, എള്ള്, എണ്ണ. വെളിച്ചെണ്ണ ദേവതാര തൈലം, കൊഴുപ്പ്, മജ്ജ, വസ, പശുവിൻ നെയ്യ്, ഇവയെല്ലാം ചേർത്ത് കത്തിച്ചുണ്ടാക്കുന്ന ധൂമം മൃദു സ്നേഹ ധൂമമാണ്. ഈ മൃദുവും സ്നേഹനവുമായ ധൂമനം വാത വികാരങ്ങൾ ശമിപ്പിക്കുന്നതാണ്.

ചിറ്റീന്തൽ, കോലരക്ക്, ഏലത്തരി, താമരപ്പൂവ്, ചെങ്ങഴുനീർപ്പൂവ്, പേരാൽ, അരയാൽ, അത്തി, ഇത്തി, പാച്ചോറ്റി ഇവയുടെ തൊലി, പഞ്ചസാര, അതിമധുരം, ഉമ്മത്തിൻ തൊലി, പതിമുകം, മഞ്ചട്ടി, ഇലവർങ്ഗം, പച്ചില, തുണിയാങ്കം, ജാതിക്കാ ഇവ കൊണ്ടുള്ള ധൂമ വാതകഫത്തെയും ശമിപ്പിക്കും.

ചെറുപ്പുന്നയരി, വറട്ടുമണൽ, ദശമൂലം, പനയോല, അരിതാലം, കോലരക്ക്, പെൺവയമ്പ്, ത്രിഫലത്തോട്, കൊട്ടം, തരകം തുടങ്ങിയ ഔഷധങ്ങളും വേല്ലാപാമാർഗ്ഗ ഗണത്തിലെ വിഴാലരികടലാടി, ത്രികടു മരമഞ്ഞൾ, അതിവിദയം, നെന്മേനി, വാകക്കുരു, ചെറുവഴുതിന, മുരിങ്ങക്കുരു, ഇലിപ്പക്കാനൻ, രസാജ്ജനം, ഇന്തുപ്പ്, ചിറ്റേലം, വേരേലം, കായം ഇവയും തീക്ഷ്ണ ധൂമദ്രവ്യങ്ങളാണ് ഇവയിട്ടു പുകച്ചാൽ കഫകരായ ശിരോരോഗങ്ങൾ ശമിക്കും. മുകളിൽ പറഞ്ഞ ധൂമദ്രവ്യഗണങ്ങൾ ദോഷകോപം അനുസരിച്ച് തിരഞ്ഞെടുത്ത് ഒരു ചട്ടിയിട്ടു പുകച്ച് ആ പുക ഒരു കുമ്പിൾ വഴി കുറേസമയത്തേക്ക് രാവിലെയും വൈകിട്ടും ശ്വസിക്കണം. ഇത് ഓരോ നസ്യത്തിനു ശേഷവും അനുഷ്ഠിക്കേണ്ടതാണ്.

ക്രമമായുള്ള ധൂപനം കൊണ്ടുള്ള ഗുണം

ചുമ, ശ്വാസവൈഷമ്യം, പീനസം, മൂക്കിനകത്തുള്ള ദുർഗ്ഗന്ധം, കാതിലും വായിലുമുള്ള നീരൊലിപ്പ്, ചെവിവേദന ജഡത, അലസത ഇവ മാറിക്കിട്ടും.

ധൂമപാനം അധികമായാലുള്ള ആപത്ത്

ധൂമം അധികമായാൽ രക്തപിത്തകോപം, കണ്ണുകാണായ്ക, ഭാധിര്യം, തൃഷ്ണ, മൂർച്ഛ, മദം, മോഹം, ഇവ ഉണ്ടാകും.

9

നേത്രതർപ്പണം

നേത്രത്തിന്റെ സർവ്വതോമുഖമായ രക്ഷയ്ക്കായി ചെയ്യുന്ന ഒരു ബൃഹത്ത് ചികിത്സാക്രമമാണ് അക്ഷിതർപ്പണം

നേത്രതർപ്പണത്തിന് അർഹന്മാർ

ക്ഷതംകൊണ്ട് നേത്രങ്ങൾ ചതഞ്ഞും കലങ്ങിയുമിരിക്കുന്ന അവസ്ഥ, കൺപോള വീണു പോകുക, കൺപീലികൾ പൊഴിയുക. കാഴ്ചശക്തി കുറയുക, കണ്ണുകൾ വരണ്ടിരിക്കുക, തിമിരം, അർജ്ജുന, അഭിഷ്യന്ദം, അതിമന്ഥം, അത്യതോവാതം, ശുക്ലരോഗം, കണ്ണുനീർ കൂടുതൽ പോകുക, കണ്ണു ചുവപ്പ്, കണ്ണുവേദന, കരുകരുപ്പ് തുടങ്ങിയ അവസ്ഥകളിലെല്ലാം നേത്രതർപ്പണം ചെയ്യാം.

തർപ്പണം എന്നാൽ എന്ത്

കണ്ണിന് അനുയോജ്യമായതും മുകളിൽ പറഞ്ഞ അസുഖങ്ങൾക്ക് ഹിതവുമായ ഔഷധങ്ങൾ ഇട്ടുകാച്ചിയ നെയ്യ്, കണ്ണിന്റെ നാലുവശത്തും ഉഴുന്നരച്ചുണ്ടാക്കിയ ഒരു വളയത്തിനുള്ളിൽ കുറച്ചുനേരം പതിവായി കുറേ ദിവസങ്ങളിൽ നിർത്തുന്ന ചികിത്സാരീതിക്കാണ് തർപ്പണം എന്നു പറയുന്നത്. ജീവന്ത്യാദിഘൃതം, ത്രിഫലാഘൃതം തുടങ്ങിയ ഘൃതങ്ങളിൽ എന്തെങ്കിലുമൊന്ന് അവസ്ഥാനുസരണം തെരഞ്ഞെടുത്താണ് തർപ്പണം ചെയ്യുന്നതും. തർപ്പണത്തിനുശേഷം ആട്ടിൻകരള്, മാംസം ഇവയുടെ സ്വരസവും ചില ഔഷധങ്ങളും ചേർത്തു തയ്യാറാക്കിയ ഔഷധം ഒരു ദിവസം ഏതാനും മിനിട്ടുകൾ നേരത്തേക്ക് പുടപാകമായി കണ്ണിൽ നിർത്തുകയും ചെയ്യും.

വിരേചനം, നസ്യം എന്നീ ശോധന ചികിത്സകൾക്കുശേഷമാണ്

തർപ്പണ ചികിത്സ നടത്തുന്നത്. തർപ്പണത്തിനു മുൻപോ പിൻപോ പടോാദേദിഘൃതം സേവിക്കുകയും ചെയ്യുന്നത് നല്ലതാണ്. എന്നാൽ, നേത്രാവയവമായതുകൊണ്ട് സ്നേഹകർമ്മത്തിനു ശേഷമുള്ള സ്വേദ കർമ്മം ഇവിടെ ഹിതമല്ല. നേത്രങ്ങൾ ഉഷ്ണഭൂയിഷ്ഠമായ അവയവമായതിനാൽ ചൂടുവെള്ളം കൊണ്ട് കണ്ണു കഴുകുക, ആവി കൊള്ളിക്കുക തുടങ്ങിയ കർമ്മങ്ങൾ നിഷേധിച്ചിരിക്കുന്നു.

തർപ്പണം ചെയ്യുന്നവിധം

ഉഴുന്നരച്ചത് കൊണ്ട് രണ്ടു കണ്ണുകളുടെയും ചുറ്റിലും ഒരു തടയുണ്ടാക്കി നിർത്തേണ്ട നെയ്യ് പാത്രം ചൂടുവെള്ളത്തിൽ ഇറക്കിവെച്ച് അല്പമൊന്ന് ചൂടാക്കിയിട്ട് ഈ തടയ്ക്കുള്ളിൽ ഒഴിക്കുക. നേത്രപീലികൾ മുങ്ങത്തക്ക ഉയരത്തിൽ നെയ്യ് ഒഴിക്കണം. അതിനുശേഷം കണ്ണ് തുറക്കുകയും അടയ്ക്കുകയും ചെയ്തുകൊണ്ടിരിക്കണം. ഈ നെയ് വിവിധ രോഗങ്ങളിൽ നിർത്തേണ്ട സമയപരിധി താഴെ നല്കുന്നു.

വർത്മരോഗങ്ങളിൽ (കൺപോളകളിൽ ഉണ്ടാകുന്ന രോഗം)	100 മാത്ര
കഫരോഗങ്ങൾ നേത്രസന്ധിരോഗങ്ങളിൽ	500 മാത്ര
ശുക്ല പക്ഷരോഗം	600 മാത്ര

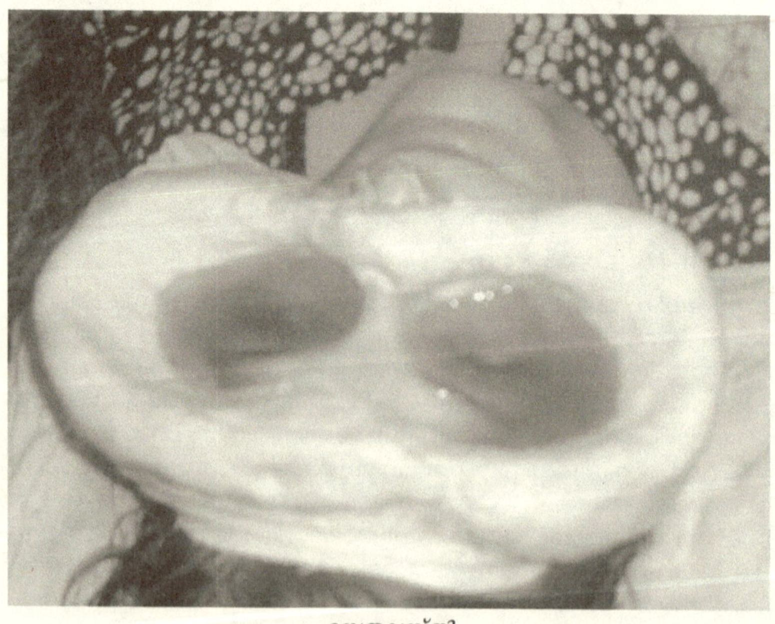

നേത്രവസ്തി

കൃഷ്മണിയിൽ തുടങ്ങുന്ന രോഗങ്ങൾ	700 മാത്ര
ദൃഷ്ടിരോഗങ്ങളിൽ	800 മാത്ര
അധിമസ്ഥ രോഗങ്ങൾ	1000 മാത്ര
വാതരോഗങ്ങൾ	
രോഗങ്ങൾ ഇല്ലാത്ത ആളിൽ	500 മാത്ര

മുകളിൽ പറഞ്ഞ വിധത്തിൽ 5 ദിവസം തുടർന്നു ചെയ്യാവുന്നതാണ്.

നേത്രപുടപാകം കഴിക്കുമ്പോൾ ഉഴുന്നുകൊണ്ടുണ്ടാക്കിയ വളയത്തിന്റെ ഒരരിക് പൊട്ടിച്ച് നെയ്യ് ഊറ്റി എടുക്കണം. അതിനുശേഷം ചൂടു വെള്ളത്തിൽ ഇട്ടു പിഴിഞ്ഞെടുത്ത തുണികൊണ്ട് കണ്ണും മുഖവും ഒപ്പി കണ്ണിൽ അടിഞ്ഞിട്ടുള്ള നെയ്യും പീളയും മാറ്റണം.

പുടപാകം:

തർപ്പണം 5 ദിവസം ചെയ്തുകഴിയുമ്പോൾ കണ്ണുകൾക്ക് തളർച്ചയും ക്ഷീണവും അനുഭവപ്പെടും. അത് മാറ്റി കണ്ണുകളുടെ തനതായ ശക്തി വീണ്ടെടുക്കാനാണ് പുടപാകം ചെയ്യുന്നത്.

പുടപാകം മൂന്നു വിധമുണ്ട്. അവ സ്നേഹനം, രോപണം, ലേഖനം ഇവയാണ്. തർപ്പണം കഴിഞ്ഞ് കണ്ണിന്റെ ക്ഷീണമകറ്റാനും ശക്തപിത്ത വികാരങ്ങളിലുമാണ് രോപണ പുടപാകം ചെയ്യുന്നത്. ആടിന്റെ മാംസമോ കരളോ അരച്ചെടുക്കുന്നു. അതിൽ ജീവന്ത്യാദിഗണത്തിലെ മരുന്നു അരച്ചു ചേർത്തും എല്ലാം കൂടി താമര ഇലയിൽ പൊതിഞ്ഞ് അതിനെ ചെളിക്കുള്ളിലാക്കി കനലിനുള്ളിൽ വെച്ചും നല്ലതുപോലെ ചൂടാക്കി എടുത്ത് തണുക്കുമ്പോൾ ചെളിമാറ്റി അകത്തുള്ള വസ്തു പിഴിഞ്ഞെടുത്ത് പാലും ചേർത്തെടുത്ത് തർപ്പണവിധി പ്രകാരം ഇരുനൂറ് വാക്ക് എണ്ണുന്നത്ര നേരം മാത്രം കണ്ണിൽ നിർത്തുന്നു. ഇത് ഒന്നോ രണ്ടോ മൂന്നോ ദിവസം ചെയ്യാം. ഒരുദിവസം ചെയ്ത ഔഷധം വീണ്ടും ഉപയോഗിക്കാൻ പാടില്ല

പുടപാകത്തിന് ഒരു യോഗം

ജീവനീയഗണത്തിലെ ഔഷധങ്ങൾ പൊടിച്ചെടുത്ത് അതിൽ ആട്ടിന്റെ കരൾ, മാംസം ഇവ ചേർത്ത് അരിച്ചെടുത്ത് പേരാൽ ഇലയിലോ താമര ഇലയിലോ പൊതിഞ്ഞെടുത്ത് ആ പൊതിയെ ചെളിയിൽ പൊതിഞ്ഞെടുത്ത് നല്ല തീക്കനലിൽ ചെളി ചുവപ്പ് നിറമാകുന്നതുവരെ ചുട്ടെടുക്കുക. ഇതു തണുക്കുമ്പോൾ ചെളി മുഴുവൻ കളഞ്ഞ് അകത്തുള്ളത് നല്ലതുപോലെ വീണ്ടും മർദ്ദിച്ച് പിഴിഞ്ഞെടുക്കുക. ഈ നീര് വാതരോഗത്തിന് സഹിക്കാവുന്ന ചെറു ചൂടിലും പിത്തത്തിൽ തണുപ്പിലും തർപ്പണത്തിൽ പറഞ്ഞവിധം കണ്ണിൽ നിർത്തുക. ഈ പുടപാകം ഒരു ദിവസം മാത്രം ചെയ്യുന്നതാണ് പതിവ്

അഞ്ജനം (കണ്ണെഴുത്ത്)

കണ്ണിന്റെ രക്ഷയ്ക്കായും കണ്ണിന്റെ ഭംഗിക്കായും സ്വസ്ഥനും ആതുരനും വിധിക്കുന്ന ഒരു ക്രിയാക്രമമാണ് അഞ്ജനം. വിരേചനാദിശോധന ക്രിയയ്ക്കു ശേഷവും കണ്ണിൽ ആശ്ചോതന (തുള്ളിമരുന്ന് ഒഴിച്ച്) ത്തിനു ശേഷവുമാണ് അഞ്ജനം ചെയ്യുന്നത്.

കണ്ണുകൾ അഗ്നിഭൂയിഷ്ഠമാണ്. അവ സദാ പ്രവർത്തിച്ചുകൊണ്ടുമിരിക്കുന്നു. കാറ്റ്, പൊടിപടലം, സൂര്യതാപം, സൂര്യാഘാതം ഇവയും കണ്ണിനെ നാശത്തിലേക്ക് നയിക്കും. പനി, പ്രമേഹം, രക്തസമ്മർദ്ദം എന്നീ രോഗങ്ങളും കണ്ണിന് പ്രതികൂലമായ അവസ്ഥ ഉണ്ടാക്കും. അതിനാൽ കണ്ണിന്റെ രക്ഷയ്ക്കായി ആശ്ചോതനവും അതിനുശേഷം അഞ്ജനവും സ്വസ്ഥനും അല്ലാത്തവക്കും ഒരുപോലെ വിധിക്കുന്നു.*

അഞ്ജനം എഴുതുന്നത് അതിന് പ്രത്യേകം നിർമ്മിച്ചിട്ടുള്ള ശലാക കൊണ്ടും കൈവിരൽ കൊണ്ടുമാണ്. ശലാകകൾ സ്വർണ്ണം, വെള്ളി, തുരുമ്പിക്കാത്ത സ്റ്റീൽ ഇവകൊണ്ടെല്ലാം ഉണ്ടാക്കാവുന്നതാണ്.

അഞ്ജനം ചെയ്യേണ്ട അവസ്ഥകൾ

കണ്ണിൽ പീള അടിയുക, കണ്ണിൽ നീര്, ചൊറിച്ചിൽ, വെള്ളമൊഴുക്ക്, ചുവപ്പ്, ഇടിമിന്നൽ, സൂര്യതാപം ഇവകൊണ്ട് കണ്ണിന് ക്ഷതവും ക്ഷീണവും ഏല്ക്കുക എന്നീ അവസ്ഥകളിൽ ആചോദനത്തിനു ശേഷം (കണ്ണിൽ തുള്ളിമരുന്നുകൾ അല്ലെങ്കിൽ മരുന്നുവെള്ളം ധാര കോരിയതിനു ശേഷം) വിരേചനാദി ശോധന കർമ്മങ്ങൾക്കുശേഷം അഞ്ജനം ചെയ്യാം.

അഞ്ജനം ചെയ്യാൻ പാടില്ലാത്തവർ

ക്ഷീണിച്ചവർ, അധികം കരഞ്ഞും ദുഃഖിച്ചും ഇരിക്കുന്നവർ, ഭയമുള്ളവർ, മദ്യം സേവിച്ചിരിക്കുന്നവർ, അജീർണ്ണമുള്ളവർ, മലമൂത്രാദിവേഗത്തിൽ തടഞ്ഞിരിക്കുന്നവരും അഞ്ജനം ചെയ്യാൻ പാടില്ല.

അഞ്ജന ലാഭങ്ങൾ

ലേഖനം, രോപണം, ദൃഷ്ടി പ്രസാദനം, സ്നേഹനം ഇങ്ങനെ അഞ്ജനം നാലു വിധം

ഗുളിക, ചൂർണ്ണം, രസക്രിയ (കിഴങ്ങ്) ഇങ്ങനെ അതിന്റെ രൂപത്തെ ആശ്രയിച്ച് മൂന്നായി തിരിക്കുന്നു.

---

* സൗവീരമഞ്ജനം നിത്യം ഹിതമക്ഷ്ണോസ്തതോഭജേത്
ലോചനേതേന ഭവതസ്സു സ്നിഗ്ദ്ധഘനപക്ഷ്മണീ
വ്യക്തത്രിവർണ്ണേ വിമലേ മനോജ്ഞേസൂക്ഷ്മദർശനേ
(അ. ഹൃ. സു. 2-5)

ലേഖനാഞ്ജനം

കഷായ അമ്ല, ലവണ, കുടു രസങ്ങളുള്ളതും കാചം, മാംസാങ്കുരങ്ങൾ, പടലം, അർബ്ബുദം, തിമിരം എന്നീ രോഗങ്ങളിൽ പ്രയോഗിക്കുന്നതുമാണ് ലേഖനാഞ്ജനം

രോപാണാഞ്ജനം

തിക്തകഷായ ദ്രവ്യങ്ങളാണ് ഇതിൽ പ്രധാനമായും ചേർക്കുന്നത്. വേപ്പ്, കടുരോഹിണി, മഞ്ഞൾ, മരമഞ്ഞൾ ഈ ഔഷധങ്ങൾ പ്രധാനമായും രോപാണാഞ്ജനത്തിന്റെ ചേരുവയിൽ ഉണ്ടാകും. ഇതിൽത്തന്നെ ഘൃതതൈലങ്ങൾ ചേർത്തും പാകപ്പെടുത്തും.

സ്നേഹനാഞ്ജനം

സർപ്പം തുടങ്ങിയ ജീവികളുടെ വസാദികൾ ചേർത്തു സംസ്കരിക്കുന്നതും വാതകോപം കൊണ്ട് കണ്ണ് ക്ഷീണിച്ചും കാഴ്ചശക്തി കുറഞ്ഞിരിക്കുന്ന അവസ്ഥകളിലും പ്രയോഗിക്കുന്നു.

പ്രസാദനാഞ്ജനം

മധുര ശീതാദി ദ്രവ്യങ്ങളെക്കൊണ്ടു ഉണ്ടാക്കുന്ന അഞ്ജനമാണ് ഇവ. ത്രിഫല, ഇരട്ടിമധുരം, ചെങ്ങഴുനീർക്കിഴങ്ങ്, പതിമുകം, പഞ്ചസാര, തേൻ ഇവ പ്രസാദനാഞ്ജനക്കൂട്ടിന്റെ ചേരുവയിൽ ഉണ്ടായിരിക്കും. കാഴ്ചശക്തി വർദ്ധിക്കുക, സൂര്യതാപം, ഇടിവെട്ട് ഇവയുടെ ആഘാതം കൊണ്ടുണ്ടാക്കുന്ന ക്ഷതക്ഷീണങ്ങളിൽ നിന്ന് നേത്രത്തെ രക്ഷിക്കുക, നേത്രങ്ങൾക്ക് കുളിർമ്മയും ഭംഗിയും നല്കുക ഇവയൊക്കെയാണ് പ്രസാദാനാഞ്ജനം കൊണ്ടുദ്ദേശിക്കുന്നത്.

ചില പ്രധാന അഞ്ജനയോഗങ്ങൾ

ചന്ദ്രോദയവർത്തി

ശംഖ് ഭസ്മം, താന്നിക്കായുടെ ഫലമജ്ജ, കടുക്കത്തോട്, പനയോല, തിപ്പലി, കുരുമുളക് കൊട്ടം വയമ്പ് ഇവ തുല്യമായെടുത്തു പൊടിച്ച് ആട്ടിൻ പാലിൽ അരച്ച് ചെറിയ ഗുളികയായോ തിരിയായോ എടുത്ത് തണലിൽ ഉണക്കി എടുക്കുന്നു. തിമിരം, മാംസവൃദ്ധി, കാചം, പടലം, അർബ്ബുദം, രാക്കണ്ണ് കാണായ്മ, നേത്രശുക്ലം ഇവ മാറിക്കിട്ടും.

സൗവീരാഞ്ജനം

സൗവീരാഞ്ജനം (ഒരു ഉപധാതു) ഉലയിലിട്ട് പഴുപ്പിച്ച് ഏഴു പ്രാവശ്യം ത്രിഫലക്കഷായത്തിലും ഏഴുതവണ മുലപ്പാലിലും ഇട്ട് ശുദ്ധി ചെയ്തെടുത്ത് നല്ലതുപൊടിച്ചരച്ചെടുത്ത് അതുകൊണ്ട് കണ്ണെഴുതണം.

ഇത് എല്ലാ നേത്രരോഗങ്ങളെയും ശമിപ്പിക്കും. നയനങ്ങൾക്ക് കുളിർമ്മ ഉണ്ടാകും.

കരഞ്ജവർത്തി

പുങ്കിന്റെ അരി പ്ലാശിൻ പൂവിന്റെ നീരിൽ ഏഴുതവണ ഭാവന ചെയ്ത് ചെറിയ ഗുളികയായോ തിരിയായോ എടുത്ത് തണലത്ത് ഉണക്കി എടുത്തു കണ്ണിൽ എഴുതിയാൽ കണ്ണിലുണ്ടാകുന്ന പൂവ് ശമിക്കും.

രസാഞ്ജനവർത്തി

അഞ്ജനക്കല്ല്, മഞ്ഞൾ, മരമഞ്ഞൾത്തൊലി, പിച്ചകത്തളിര് ഇവ ചാണകനീരിലരച്ച് തിരി ഉണ്ടാക്കി ഉണക്കി എടുക്കുക. അതുകൊണ്ട് കണ്ണെഴുതിയാൽ നക്താന്ധത (രാക്കണ്ണു കാണായ്ക) ശമിക്കും. കണ്ണിലുണ്ടാകുന്ന ചെറിയ മുറിവുകൾ ഉണക്കും.

ധാത്ര്യാദി വർത്തി

നെല്ലിക്ക, കടുക്ക, താന്നിക്ക ഇവ അരച്ച് തിരി ഉണ്ടാക്കി അതുകൊണ്ട് കണ്ണെഴുതിയാൽ വാതം, പിത്തം, എന്നീ ദോഷങ്ങൾ കോപിച്ചുണ്ടാകുന്ന രോഗങ്ങളും രക്തം കോപിച്ചുണ്ടാകുന്ന രോഗവും ശമിക്കും.

ദാർവ്യാദി രസക്രിയ

മരമഞ്ഞൾത്തൊലി, കയ്പൻ പടവലം, ഇരട്ടിമധുരം, വേപ്പില, പതിമുകം, ചെങ്ങഴു നീർക്കിഴങ്ങ്, പുണ്ഡരീകക്കരിമ്പ് ഇവ ഓരോന്നും തുല്യമായെടുത്ത് നാലിരട്ടി വെള്ളത്തിൽ കഷായം വെച്ച് നാലിലൊന്നാക്കി വറ്റിച്ച് അരിച്ചെടുക്കുക. ആ കഷായം വീണ്ടും വറ്റിച്ച് കുറുക്കി എടുക്കുക. ഇതിൽ തേനും പഞ്ചസാരയും ചേർത്ത് യോജിപ്പിച്ചെടുത്ത് അതുകൊണ്ട് കണ്ണെഴുതുക. ഇത് നല്ലൊരു ലോപാഞ്ജനമാണ്. കണ്ണിന്റെ അസഹ്യമായ ചൂട്, രക്തം കട്ടപിടിച്ചു കണ്ണിൽ കിടക്കുക, കണ്ണിന് ചുവപ്പും വേദനയും ഇവയ്ക്കെല്ലാം ഈ അഞ്ജനം നല്ലൊരാഷധമാണ്.

ബബ്ബുല രസക്രിയ

വെൺവേലത്തിന്റെ കഷായം വിധിപ്രകാരം വെച്ച് ഊറ്റി എടുക്കുക. ആ കഷായം വീണ്ടും വറ്റിച്ച് കുറുക്കി എടുത്ത് അതിൽ തേൻ ചേർത്തും അതുകൊണ്ട് അഞ്ജനമെഴുതിയാൽ എല്ലാവിധ നേത്ര സ്രാവങ്ങളും മാറിക്കിട്ടുന്നതാണ്.

ആശ്ച്യോദനം

മിക്കവാറും എല്ലാ നേത്ര രോഗങ്ങളുടെയും ആരംഭത്തിൽ ത്രിഫല

ക്കഷായം ഒരു തരിയോ പൊടിയോ ഇല്ലാതെ എടുത്ത് കണ്ണുകഴുകയോ കണ്ണിൽ ധാരയായി ഒഴിച്ചു വിടുകയോ (ക്ഷാളനം) ചെയ്യും. അതിനുശേഷം രോഗിയെ കിടത്തിയിട്ട് മൂക്കിനോട് ചേർന്നിരിക്കുന്ന കൺകോണിൽ നേത്രബിന്ദു തുടങ്ങിയ ഔഷധങ്ങൾ ഇറ്റിക്കുന്നു. ഇങ്ങനെ ഇറ്റിക്കുന്നതിനെയാണ് ആശ്ച്യോദനം എന്നറിയുന്നത്. പത്തോ പന്ത്രണ്ടോ തുള്ളിമരുന്നാണ് ഓരോ കണ്ണിലും ഒഴിക്കേണ്ടത്.

ആശ്ച്യോദനത്തിന് വേണ്ട ഔഷധം പിത്ത രക്തവികാരങ്ങളിൽ തണുപ്പിച്ചെടുത്തു വാതവികാരങ്ങൾ, കഫ വികാരങ്ങൾ വാതകഫ വികാരങ്ങൾ ഇവയിൽ അല്പം ചൂടാക്കിയും വേണം ഉപയോഗിക്കുവാൻ എന്നാൽ, അധിക തണുപ്പും അധികചൂടും ആക്കി ഒരിക്കലും കണ്ണിൽ ഔഷധങ്ങൾ പ്രയോഗിക്കാൻ പാടില്ല.

10

രസായന ചികിത്സ

കായ ചികിത്സയുടെ എട്ട് അംഗങ്ങളിൽ ഒന്നാണ് രസായന ചികിത്സ. കായചികിത്സ (General medicine), ബാലചികിത്സ (Pediatrics), ഗ്രഹ ചികിത്സ (diseases due to supernatural power and its treatment), ഉർദ്ധ്വാംഗ ചികിത്സ (ENT), ശല്യം (Surgery), ദംഷ്ട്ര (Poisons treatment), രസായനം (Rejuvinating treatment), വാജീകരണം (Aphro disease treatment) ഇവയാണ് ആയുർവ്വേദത്തിലെ എട്ട് ചികിത്സാംഗങ്ങൾ.* ഈ എട്ട് അംഗത്തിൽ രസായനചികിത്സ ഉൾപ്പെടുത്തിയത് അതിന്റെ പ്രാധാന്യം പരിഗണിച്ചാണ്.

ശരീരത്തിന്റെയും ബുദ്ധിയുടെയും മനസ്സിന്റെയും ബലവും രോഗ പ്രതിരോധ ശക്തിയും വർദ്ധിപ്പിച്ച് യൗവ്വനത്തെ കൂടുതൽ നാൾ നില നിർത്തി വാർദ്ധക്യകാലത്തെ കുറച്ചു കൊണ്ടുവരുന്ന ഒരു ചികിത്സാ ക്രമ മാണ് രസായന ചികിത്സ**

രസായന ചിക്തിസയ്ക്ക് പല ഭേദങ്ങളുണ്ട്. കുടി പ്രാവേശികം, വാതാതപികം ശ്രീകാമ്യം, പ്രാണകാമ്യം, മേധാകാമ്യം, നൈമിത്തികം ആജൂശ്രികം തുടങ്ങിയവയാണ് അവ. ഇവയിൽ ഏറ്റവും ഫലപ്രദവും ശ്രേഷ്ഠവുമാണ് കുടിപ്രാവേശികം.

കുടി പ്രാവേശിക രസായനരീതി എന്തുകൊണ്ട് ശ്രേഷ്ഠമാകുന്നു എന്ന് ചോദിച്ചാൽ അത് ശാരീരികവും മാനസികവും ബുദ്ധിപരവുമായ ഒരു മനുഷ്യജീവിതത്തിന്റെ എല്ലാവശങ്ങളും ആരോഗ്യ പൂർണ്ണമാക്കുന്നു

---

* കായബലഗ്രഹോർദ്ധ്വാംഗ ശല്യ ദംഷ്ട്രാ ജരാവൃഷാൽ
ദൗഷ്ടാ വംഗാദി തസ്യാഗു ശ്ചികിത്സായേഷ്ട സംശ്രിതാ (അ. ഹൃ. സൂ. 1-6)

* ലാഭോപായോഹി ശസ്നാനാം രസാദീനാം രസായനം (ചരകം)
ജജ്ജരാവ്യാധി നാശാനാം തത് രസായനം

എന്നതാണ്. ശരീരത്തിനെയും ബുദ്ധിയെയും ഔഷധങ്ങൾ കൊണ്ട് ശക്തമാക്കുമ്പോൾ മനസ്സ് നിയന്ത്രിക്കാൻ എന്തുകൊണ്ടും ശാന്തമായ ഒരന്തരീക്ഷം തെരഞ്ഞെടുത്ത് അവിടെയിരുന്ന് ലൗകികകാര്യങ്ങളിൽ നിന്ന് മനസ്സിനെ മോചിപ്പിച്ചാണ് മനോശാന്തിയും പാപമുക്തിയും കൈവരിക്കേണ്ടത്* അതുകൊണ്ട് രസായന ചികിത്സയ്ക്ക് വിശേഷിച്ചും കുടിപ്രാവേശിക രസായനത്തിന് തെരഞ്ഞെടുക്കുന്ന ദേശം ഗ്രാമീണവും ശാന്തവും വാതാനുകൂലവും സത് ബ്രഹ്മചാരികളാൽ ചുറ്റപ്പെട്ടതുമായിരിക്കണം. കുടിപ്രാവേശിക രസായനത്തിന്റെ മറ്റൊരു നിർദ്ദേശം അത് പഞ്ചകർമ്മം ചെയ്ത് ശുദ്ധമാക്കിയ ശരീരത്തിൽ ആയിരിക്കണം എന്നുള്ളതാണ്. രസായന ചികിത്സയ്ക്കു മുൻപു ചെയ്യേണ്ട ശോധന ചികിത്സ സംക്ഷിപ്തമായി വിവരിക്കാം.

അഗ്നി മാന്ദ്യവും ആമദോഷവുമുണ്ടെങ്കിൽ ഷഡ്ധരണചൂർണ്ണം 7 ദിവസം നല്കി ദീപനപാചന ചികിത്സ ചെയ്യുക. അതോടൊപ്പം അതിസ്തൂലനാണെങ്കിൽ ചാമ, വരക്, ബാർലി, സൂചിഗോതമ്പ് ഇവ നെയ്യോ എണ്ണയോ മറ്റു കൊഴുപ്പുകളോ ചേർക്കാതെ പാകം ചെയ്തു കഴിച്ച് ലംഘനം വരുത്തുക. അതിനു ശേഷം സമ്യക് സ്നിഗ്ദ്ധി ലക്ഷണം കാണുന്നതുവരെ രസായനസേവ ചെയ്യാൻ ആഗ്രഹിക്കുന്ന ആളിന്റെ ദോഷരോഗസ്ഥിതിക്ക് അനുയോജ്യമായ തൈലമോ നെയ്യോ ഔഷധമായി പാകപ്പെടുത്തിയത് വിധിപ്രകാരം സേവിച്ച് അതായത് ആദ്യ ദിവസം പ്രഭാതത്തിൽ 60 മില്ലിയും തുടർന്നുള്ള ദിവസങ്ങളിൽ 60 മില്ലി വീതം കൂട്ടിക്കൂട്ടി കൊണ്ടുവന്ന് 1-ാം ദിവസം 60 മില്ലി, 2-ാം ദിവസം 120 മില്ലി, മൂന്നാം ദിവസം 180 മില്ലി, 4-ാം ദിവസം 240 മില്ലി, 5-ാം ദിവസം 300 മില്ലി. ഇങ്ങനെ സമ്യക്സ്നിഗദ്ധലക്ഷണം കാണുന്നതുവരെ സേവിച്ച് സമ്യക്സ്നിഗ്ദ്ധ ലക്ഷണം കാണുമ്പോൾ സ്നേഹപാനം നിർത്തണം. ശരീരത്തിൽ സേവിച്ച സ്നേഹത്തിന്റെ മണം ഉണ്ടാകുക. ശരീരത്തിൽ ഉരച്ചാൽ വെള്ളപ്പാട് വീഴാതിരിക്കുക. ശരീരത്തിൽ എണ്ണമയവും സ്നിഗദ്ധതയും കാണുക. മല വിസർജ്ജനത്തിനിരിക്കുമ്പോൾ മലത്തിനു മുൻപും പിൻപും സ്നേഹദ്രവ്യം തുള്ളിയായി പോകുക തുടങ്ങിയ ലക്ഷണങ്ങളാണ് സമ്യക്സ്നിഗ്ദ്ധ ലക്ഷണം, ഇങ്ങനെ അന്തർ സ്നിഗദ്ധത വന്നതിനു ശേഷം തൈലാഭ്യംഗം, ഇലക്കിഴി, പിഴിച്ചിൽ ഇവകൊണ്ട് ബാഹ്യസ്ഥസ്നിഗ്ദ്ധതയും വരുത്തിയിട്ട് വിയർപ്പിക്കണം.

വിയർപ്പിച്ചതിനുശേഷം ഓരോ വ്യക്തിക്കും അനുയോജ്യമായ ശോധന കർമ്മം ചെയ്ത് ദേഹശുദ്ധി വരുത്തണം. കഫരോഗികളിൽ വമനവും പിത്തരോഗികളിൽ വിരേചനവും വാതരോഗികളിൽ കഷായ സ്നേഹ വസ്തികളും മിശ്രദോഷങ്ങളിലും വികാരങ്ങളിലും ഇവ എല്ലാം

---

* വിപാപം വിരജഃ ശാന്തം പരമക്ഷരമവ്യയം
അമൃതം ബ്രഹ്മനിർവ്വാണം പര്യായൈഃ ശാന്തിരുച്യതേ
(ച. ശാ 5/21)

ചെയ്തും രക്തദുഷ്ടിയിൽ രക്തമോക്ഷവും ചെയ്തിട്ടാണ് ശോധന കർമ്മം ചെയ്യേണ്ടതു. ശോധകർമ്മത്തിനു ശേഷം വിശ്രമം എടുത്തിട്ട് രസായന ചികിത്സ തുടക്കം.

ചില പ്രധാന രസായനൗഷധങ്ങൾ

നെല്ലിക്കാ (ആമലകി)	*Emblica officinalis*
കടുക്കാ (ഹരീതകി)	*Terminalia chebula*
തിപ്പലി (പിപ്പലി)	*Piper longum*
അമുക്കുരം (അശ്വഗന്ധം)	*Withania somnifera*
ശതാവരി (ശതാവരി)	*Asperagus racemosus*
കൺമദം (ശിലാജിതു)	
ചിറ്റമൃത് (ഗുളൂചി)	*Tinospora cordifolia*
കുറുന്തോട്ടി (ബലാ)	*Sida retusa*
വൻകുറുന്തോട്ടി(മഹാബല)	*Sida Cordifolia*
തഴുതാമ(പുനർത്തവ)	*Borhaavia diffusa*
വെളുത്തുള്ളി (ലന്മുന)	*Assium Sativum*
ചേർക്കുരു (ഭല്ലാതക)	*Semicarpus anacardium*
അക്രോട്ട് (അക്ഷോട)	*Juglans regia*
അഷ്ടവർഗ്ഗം	
1. ജീവക	*Microstylis wallichii*
2. ഋഷഭക	*Microstylis muscifera*
3. കാകോളി	*Fritillaria roylei*
4. ക്ഷീരകാകോളി	*Lilium Polyphyllum*
5. മേദ	*Polygonatum Cirrhifolium*
6. മഹാമേദ	*Polygonatum Verticillatum*
7. ഋദ്ധി	*Habenaria edgiworthii*
8. വൃദ്ധി	*Habenaria latibrosa*
ബ്രഹ്മി (ബ്രഹ്മി)	*Bacopa momerii*
കെട്ടുവേലി (ചിത്രകം)	*Plumbago zeylanica P rosea*

ദശമൂലം

1. ഓരില (ശാലപർണി)	Desmodium gangeticum
2. മൂമില (പുശ്നിനി പർണി)	Pseudothria viscida
3. ചെറുവഴുതിന (ബൃഹതി)	Solanum indica
4. വെൺവഴുതിന (കണ്ടകാരി)	Solanum Surpattiversa
5. ഞെരിഞ്ഞിൽ (ഗോക്ഷുരം)	Tribulus Teraistris
6. പാതിരി (പാടല)	Stereosfermum Sualvealeuses
7. പലകപ്പയ്യായി (ശ്യോനാകം)	Oroxylum indicum
8. മുഞ്ഞവേര് (അഗ്നിമന്ഥ)	Glerodendrum Phlomidis

9. കൂവളവേര് (ബില)	Aegle Marmolos
10. കുമ്പിൾ വേര് (ഗംഭാരി)	Gmelina Urborea

ഈ പത്തു മരുന്നുമാണ് ദശമൂലം.

കറ്റാർ വാഴ (കുമാരി)	Aloe vera
മുഞ്ജാതകം (മുഞ്ജാതക)	Grchis Latifilia
കുടങ്ങൾ (മണ്ഡൂകപർണ്ണി)	Centella Asiatica
ജീവന്തി (അട്ടപതിയൻ)	Leptadenia reticulata

മുകളിൽ പറഞ്ഞിട്ടുള്ള രസായന ദ്രവ്യങ്ങൾ വിവിധ രസങ്ങളും അനേകം ഗുണങ്ങളും ചേർന്നിട്ടുള്ളവയാണ്. ഇവയിൽ പലതിനും Antioxidontal property യും free radical നെ ചെറുക്കുന്നതും ത്രിദോഷങ്ങളെ സമന്വയിക്കുന്നതും പ്രതിരോധത്തെ സംരക്ഷിക്കുന്നതും സർവ്വോപരി ഓജസ്സിനെ വർദ്ധിപ്പിക്കുന്നതുമാണ്. എന്നാൽ, ചില ഔഷധങ്ങൾക്ക് ഈ പറഞ്ഞ എല്ലാം ഗുണങ്ങളും ഉണ്ടായെന്നു വരില്ല. അങ്ങനെ വരുമ്പോഴാണ് ഈ രസായനൗഷധങ്ങളും കൂടെ മറ്റ് ചില ഔഷധദ്രവ്യങ്ങളെ കൂട്ടിച്ചേർത്തും രസായന യോഗങ്ങൾ ഉണ്ടാക്കുന്നത്. അങ്ങനെയുള്ള ചില പ്രധാന രസായനക്കൂട്ടുകളാണ് ച്യവനപ്രാശം, ബ്രാഹ്മരസായനം, ദശമൂല രസായനം, ആമാലകീരസായനം, അശ്വഗന്ധരസായനം, ബലാദി ഘൃതം അമൃത ദല്ലാതകം, ബ്രഹ്മീഘൃത, അഗസ്ത്യാരസായനം, എള്ളും തിപ്പല്യാദിലേഹ്യം, കല്യാണകഗുഡം, കുശ്മാണ്ഡരസായനം, ചിത്രകഗുള, ശതാവരിഗുളം, മാതള രസായനം, ധാത്ര്യാദി ഘൃതങ്ങൾ ധന്വന്തരഘൃതം, നാഗബലഘൃതം, മഹാമയൂര ഘൃതം, സാരസ്വത ഘൃതം സുകുമാരഘൃതം തുടങ്ങിയ യോഗങ്ങളെല്ലാംതന്നെ രസായന ഗുണത്തെ പ്രദാനം ചെയ്യുന്നു. മുകളിൽ പറഞ്ഞ ഒറ്റമൂലി രസായനങ്ങളും രസായനക്കൂട്ടുകളും എങ്ങനെ എവിടെ ഫലപ്രദമായി ഉപയോഗിക്കാമെന്ന് ഇനി പറയുന്നു.

നെല്ലിക്ക

യൗവ്വന കാലത്തെ ഏറെനാൾ നിലർത്തുകയും അത്രയും കാലം വാർദ്ധക്യത്തെയും വാർദ്ധക്യസഹജമായ രോഗങ്ങളെയും മാറ്റി നിർത്തുന്ന ഒരു രസായന ഔഷധമാണിത്.

പച്ച നെല്ലിക്കയും എള്ളും കയ്യോന്നിയും സമമെടുത്ത് അരച്ചത് 10 മുതൽ 15 ഗ്രാം വരെ ദിവസവും കുറേ ദിവസം തുടർന്നു കഴിക്കാമെങ്കിൽ ശരീരശക്തി, നല്ല മുടി, നല്ല കാഴ്ചശക്തി, ദീർഘായുസ്സ് ഇവ ഉണ്ടാകും. (വൃന്ദാമാധവം 69-11)

പച്ചനെല്ലിക്കാ, സ്വർണ്ണഭസ്മം, തേൻ ഇവ ചേർത്തും പതിവായി ഉപയോഗിച്ചാൽ ദീർഘായുസ്സും ആരോഗ്യവും ലഭിക്കുമെന്നു സുശ്രുതൻ അവകാശപ്പെടുന്നു.

'മധ്വാമലക ചൂർണ്ണാനി സുവർണ്ണമിത്രി ചത്രയം
പ്രാശ്യാരിഷ്ട ഗൃഹീതോ മുച്യതേ പ്രാണസംശയം (സുചി 28-20)

നെല്ലിക്കാ നീര് ശർക്കര, തേൻ ഇവയിൽ കലർത്തി ദിവസവും ഉപയോഗിച്ചാൽ ദീർഘായുസ്സും ലൈംഗികശക്തിയും വർദ്ധിക്കും. (അ. ഹൃദയം ഉത്തരസ്ഥാനം 39-149)

നെല്ലിക്കാ പ്രധാനമായി ചേർത്തുണ്ടാക്കുന്ന ഒരു രസായനക്കൂട്ടാണ് ച്യവനപ്രാശം. ഇത് ആബാലവൃദ്ധം ജനങ്ങളുടെയും ശരീരപോഷണത്തിനും ഹിതകരമാണ്. വിശേഷിച്ചും ബാലന്മാർക്കും വൃദ്ധന്മാർക്കും വളരെ ഹിതമാണ്.

കടുക്കാ

കുരുകളഞ്ഞെടുക്കുന്ന ഫലമജ്ജയാണ് (Pericarp) ഔഷധമായിട്ടുപയോഗിക്കുന്നത്. ഇത് ദഹനശക്തിയെ വർദ്ധിപ്പിക്കും. മലശോധനത്തെ ഉണ്ടാക്കും, ദുർമമേദസ്സിനെ ഇല്ലാതാക്കും, പ്രമേഹത്തെ കുറയ്ക്കും. വ്രണം, വിളർച്ച, പാണ്ഡുരോഗം, ഹൃദ്രോഗം, ഉദരശൂല ഇവയെ ശമിപ്പിക്കുന്നു. സർവ്വോപരി ഒരു രസായനൗഷധമായി പ്രവർത്തിക്കുന്നു.

സന്തുപ്പണകൃതാൻരോഗാൻ പ്രായോഹന്തിഹരിണി (ചരകം, സൂത്രം 49-67)

മേദോവർദ്ധനങ്ങളായ ആഹാരം, ചര്യ ഇവകൊണ്ട് വർദ്ധിച്ച കൊഴുപ്പിനെ തുടർച്ചയായുള്ള കടുക്കയുടെ ഉപയോഗം കുറയ്ക്കുന്നു. എല്ലാ ദിവസവും 6 ഗ്രാം വീതം കടുക്കാചൂർണ്ണം മുടങ്ങാതെ രാത്രി തേനിൽ കുഴച്ചുകുഴിച്ചാൽ ക്രമേണ മേദോരോഗം കുറഞ്ഞുകിട്ടുന്നു. അത് അർശസ്സ്, പ്രമേഹം, വിളർച്ച, ഹൃദ്രോഗം, ഉദരരോഗങ്ങൾ ഇവയ്ക്കും ശമനമുണ്ടാക്കി ശരീരശക്തിയെയും ശരീരകാന്തിയെയും വർദ്ധിപ്പിക്കുകയും ചെയ്യും.

ഹരീതകി ചേർത്തുള്ള പ്രധാന രസായനക്കൂട്ടുകളാണ് ബ്രാഹ്മരസായനവും ത്രിഫലയും. കടുക്കാപ്പൊടി, തിപ്പലിപ്പൊടി, ചുക്കുപൊടി, ഇന്തുപ്പ് ഇവ 4, 3, 2, 1 എന്ന ആനുപാതിക ക്രമത്തിലെടുത്ത് 6 ഗ്രാം വീതം ദിവസവും കഴിക്കാമെങ്കിൽ അഗ്നിമാന്ദ്യം ഗ്രഹണി എന്നീ അസുഖങ്ങൾ പൂർണ്ണമായും ഇല്ലാതാക്കുകയും ആരോഗ്യവും ആയുസ്സും വർദ്ധിക്കുകയും ചെയ്യും.

കടുക്കാ വർഷകാലത്ത് ഇന്തുപ്പു ചേർത്തും ശരത്കാലത്ത് ശർക്കരചേർത്തും തണുപ്പുകാലത്ത് ചുക്കും ചേർത്തും വസന്തകാലത്ത് തേൻ ചേർത്തും ചൂടുകാലത്ത് വീണ്ടും ശർക്കര മേമ്പൊടി ചേർത്തും സേവിക്കണം.

ചിറ്റമൃത്

കഷായ തിക്തരസങ്ങളുള്ളതും വിപാകത്തിൽ മധുരവും ഉഷ്ണഗു

ണവുമുള്ള ഒരൗഷധമാണിത്. ഇത് ആമദോഷങ്ങളെ ഇല്ലാതാക്കുന്നതും ദീപനവും ദാഹം, ചുട്ടുനീറ്റൽ, വിളർച്ച, രക്തപിത്തം പ്രമേഹം, കാസം, മഞ്ഞപ്പിത്തം, കുഷ്ഠം, സന്ധിവാതം, വാതരക്തം, ചർമ്മരോഗങ്ങൾ ഇവയെ ശമിപ്പിക്കുന്നതും രസായനഗുണമുള്ളതുമാണ്.

'ഗുളുചീകടുകാതിക്താ സ്വാദുപാകരസായനീ
സംഗ്രാഹിണി കഷായോഷ്ണ ലഘ്വീബല്യാഗ്നിദീപനി
ദോഷത്രയാമസുങ് ദാഹമേഹ കാസംശ്ച പാണ്ഡുതാൻ
കാമലാ കുഷ്ടവാതാസ്രജ്വരകൃമി വമീനാശനം (ഭാവപ്രകാരം)

അമൃതിന്റെ വള്ളി ചെറുതായരിഞ്ഞ് ചതച്ച് വെള്ളത്തിൽ പിഴിഞ്ഞ് അതിന്റെ കൊത്തൽ വാരിക്കളഞ്ഞ് വെള്ളത്തിൽ അടിയുന്ന ഊറൽ അടിയിൽ തങ്ങുമ്പോൾ ഊറ്റി എടുത്ത് ഉണക്കി എടുക്കണം. ഈ പൊടിക്കാണ് അമൃതാസത്വം എന്ന പേരിൽ അറിയുന്നത്. ഈ അമൃതാ സത്വം ഈ പൊടി അരഗ്രാം (500 ഗ്രാം) 5 മില്ലി തോതിൽ ചാലിച്ച് ദിവസവും ഉപയോഗിച്ചാൽ അത് വിളർച്ച, കാഴ്ച, ശക്തിക്കുറവ്, പ്രമേഹം, എന്നിവയെ ധാതുപുഷ്ടിയും ബുദ്ധിശക്തിയും ഓർമ്മ ശക്തിയും വർദ്ധിപ്പിക്കുകയും രസായനമായി പ്രവർത്തിക്കുകയും ചെയ്യും.

"ഗുളൂചിസത്വം സുസ്വാദു പഥ്യം ച ദീപനം
ചക്ഷുഷ്യം ധാതുകൃത്മേദ്ധ്യം വയ: സ്ഥാപനകാരകം (രാജനിഘണ്ടു)

സത്വം എടുക്കാൻ പ്രസായം തോന്നിയാൽ ഇടിച്ചു പിഴിഞ്ഞ സ്വരസമോ കഷായമോ ഉപയോഗിക്കാം

അമൃത്, ചുക്ക്, ഞെരിഞ്ഞിൽ, അടയ്ക്കാമണിയൻ, നീർമാതളം ഇവ സമമെടുത്തു പൊടിച്ച് സേവിച്ചാൽ ആമവാതം, മൂത്രകൃച്ഛ്രം, മൂത്രത്തിൽ കല്ല് ഇവ ശമിക്കും. രസായന ഗുണം പ്രദാനം ചെയ്യുകയുംചെയ്യും.

അമൃത് പ്രധാനമായി ചേർത്തുണ്ടാക്കുന്ന അമൃതാദിഘൃതം സന്ധിവാതം, വാതരക്തം ഇവയെ ശമിപ്പിക്കും ഇവ രോഗങ്ങളെ ശമിപ്പിക്കുന്നതോടൊപ്പം രസായന ഗുണം നല്കുകയും ചെയ്യും.

അമൃത്, ത്രിഫലത്തോട്, ആടലോടകം വേര്, മുന്തിരിപ്പഴം, കുറുന്തോട്ടി വേര് ഇവ കഷായം വച്ച് ഇവതന്നെ കല്കവുമായി നെയ് കാച്ചി സേവിച്ചും ജ്വരം, രക്തപിത്തം, വാതരക്തം ഇവ ശമിക്കുകയും ശരീരം പുഷ്ടി പ്രാപിക്കുകയും ചെയ്യും.

തിപ്പലി

പിപ്പലീ ദീപനി വൃഷ്യസ്വാദുപാകരസായനീ
അനുഷ്ണകടുകസ്നിഗ്ദ്ധ വാതശ്ലേഷ്മ ഹരീലഘു (ഭാവപ്രകാശം)

പിപ്പലി ദീപനവും ലൈംഗികശക്തിയെ വർദ്ധിപ്പിക്കുന്നതും രസായനവുമാണ്. ഇത് വാതശ്ലേഷ്മരോഗങ്ങളായ സന്ധിവാതം, ആമവാതം കഫം, ആസ്ത്മ ഇവയെയെല്ലാം ശമിപ്പിക്കുന്നു.

പിപ്പലി തീക്ഷ്ണമായൊരു രസായനൗഷധമായതിനാൽ പാല്, നെയ്യ് ഇവയിൽ ഏതെങ്കിലും ഒന്നിനോട് ചേർത്തു വേണം ഇതുപയോഗിക്കാൻ. പിപ്പലിയുടെ കായും (Berries) വേരും തണ്ടും ഔഷധമായിട്ടുപയോഗിക്കാമെങ്കിലും രസായനമായും വാജീകരണമായും ഉപയോഗിക്കുമ്പോൾ അതിന്റെ ഫലത്തെ വേണം ഉപയോഗിക്കാൻ.

തിപ്പലി പ്രയോഗം രണ്ടു രീതിയിലുണ്ട്. ചെറിയ മാത്രയിൽ തുടങ്ങി മാത്ര ദിവസം തോറും കൂട്ടിക്കൂട്ടിവന്ന് പത്തു ദിവസമാകുമ്പോൾ വീണ്ടും മാത്ര പടിപടിയായി കൂട്ടിയ ക്രമത്തിൽ കുറച്ചുവന്ന് തുടങ്ങിയ മാത്രയാകുമ്പോൾ നിർത്തണം. തിപ്പലി കൂടുന്നതോടൊപ്പം പാലും കൂട്ടുകയും കുറയ്ക്കുകയും ചെയ്യണം. മറ്റൊരു തിപ്പലി പ്രയോഗം ഒരു സാമാന്യമാത്രയിൽ 3 മുതൽ 5 ഗ്രാം വരെ തിപ്പലി പാലുമായിട്ടോ നെയ്യ്, തേൻ ഇവ ചേർത്തോ ഒരു വർഷം വരെ കഴിക്കുക. ഒരു വർഷം സേവിക്കാമെന്ന് വിധിക്കുന്നു.* ഈ തീക്ഷ്ണൗഷധം തുടർന്നു ഏറെ നാൾ ഉപയോഗിച്ചാൽ വാതം കോപിക്കുകയും ധാതുശോഷണം ഉണ്ടാകുമെന്നും മറ്റൊരിടത്ത് അഭിപ്രായപ്പെടുന്നു. അതിനാൽ ഇടയ്ക്കിടയ്ക്ക് അഞ്ചോ പത്തോ ദിവസത്തേക്ക് നിർത്തിവെച്ചിട്ട് വീണ്ടും തുടങ്ങുന്നതാണ് നല്ലത്. ഇങ്ങനെ തിപ്പലി ഒരു വർഷംവരെ ഉപയോഗിച്ചാൽ അർശസ്, ഗ്രഹണി, പാണ്ഡ്, ശോഫം, ഗുല്മം, ശ്വാസാ, ഇക്കിൾ, ജ്വരം ഇവ മാറിക്കിട്ടും.**

പിപ്പലി ആമകോലകീര സായന യോഗം

തിപ്പലിയും നെല്ലിക്കയും 1, 5 ഈ ആനുപാതിക ക്രമത്തിലെടുത്തു പൊടിച്ചെടുത്തിട്ട് അതു വീണ്ടും നെല്ലിക്കാ സ്വരസത്തിൽ ചാലിച്ചെടുത്ത് അതിൽ തേനും നെയ്യും പഞ്ചസാരയും ചേർത്ത് ഉപയോഗിക്കുക. ഇത് തുടർന്ന് കുറേനാൾ കഴിച്ചാൽ നിശ്ചയമായും യൗവ്വനം നിലനില്ക്കും. വൃദ്ധജനങ്ങൾ കൂടുതൽ പ്രസരിപ്പും യുവത്വമുള്ളവരുമായി മാറുകയും ചെയ്യും (അ.ഹൃദയം ഉത്തരസ്ഥാനം 40-27)

പിപ്പലീഘൃതം

ചെറുതിപ്പലിയുടെ ഫലം പൊടിച്ചതും ശർക്കരയും കല്കമാക്കിയും ആട്ടിൻ പാൽ സ്വരസമാക്കിയും പശുവിൻ നെയ്യും ചേർത്തും നെയ് കാച്ചി അരിച്ചു സേവിച്ചാൽ ആമവാതം, സന്ധിവാതം, ക്ഷയം, ക്ഷയജകാരം, അഗ്നിമാന്ദ്യം ഇവ മാറിക്കിട്ടും (സഹസ്രയോഗം)

* പഞ്ചാഷ്ടൗ സപ്തദശ വാ പിപ്പലീ മധുസർപ്പിഷാ
രസായന ഗുണാന്വേഷീ സമാമേകാം പ്രയോജയേത് (ചരകം)

** പ്രയോജ്യ മധുസംമിശ്രാ രസായന ഗുണൈഷിണാ
ജേതും കാസക്ഷയം ശോഷം ശ്വാസം ഹിക്കാ ഗളാമയാൻ
ആശാംസിഗ്രഹണീദോഷം പാണ്ഡുതം വിഷമജ്വരം
വൈസ്വര്യ പീനസം ശോഷം ഗുല്മം വാനവലാസകം (ച.ചി 1-3/32-35)

പിപ്പല്യാദിഘൃതം

തിപ്പലി, ചന്ദനം, മുത്തങ്ങാക്കിഴങ്ങ്, രാമച്ചം, കടുകുരോഹിണി, കുട കപ്പാലയരി, കീഴാനെല്ലി, നറുനീണ്ടിക്കിഴങ്ങ്, അതിവിടയം, മൂവിലവേര്, മുന്തിരിങ്ങാപ്പഴം, നെല്ലിക്കാത്തോട്, കൂവളക്കായുടെ മജ്ജ (ഫലമജ്ജ) ബ്രഹ്മി, ചെറു വഴുതിനവേര് ഇവ സമമെടുത്തു കല്ക്കമാക്കി വിധിപ്ര കാരം നെയ് കാച്ചി സേവിച്ചാൽ കാസം, ശ്വാസം, നലീമകം, ജ്വരം ഇവ മാറിക്കിട്ടും. (സഹസ്രയോഗം) പിപ്പലി പാലിൽ ദീർഘകാലം സേവിച്ചാൽ സന്ധിവാതം പൂർണ്ണമായും മാറിക്കിട്ടിയതായി എന്റെ അനുഭവത്തിലുണ്ട്. പിപ്പലി തേനിൽ കുറച്ചുനാൾ സേവിച്ചാൽ ശ്വാസകാസ രോഗങ്ങളും മാറു ന്നതായി അനുഭവത്തിലും പിപ്പലിസേവയുടെ കൂടെ പാൽ അനുപാത മായും പാൽ ചോറ് മാത്രം ഉണ്ടും കുറച്ചുനാൾ സേവിച്ചാൽ ശരീരസൗ ഷ്ഠവും ആരോഗ്യവും വീണ്ടെടുക്കും എന്നതിൽ സംശയമില്ല

അമുക്കുരം

അമുക്കുരത്തിന്റെ അധികംമുറ്റാത്ത വേരാണ് ഔഷധത്തിനായി ഉപ യോഗിക്കുന്നത്.

അമുക്കുരം തിക്ത കഷായ രസങ്ങളും ഉഷ്ണ വീര്യവും വാതകഫ ഹരശക്തിയുള്ളതും ചർമ്മരോഗം, ക്ഷയം, ക്യാൻസർ, വ്രണം, കാസം തുടങ്ങിയ രോഗങ്ങളെ ശമിപ്പിക്കുന്നതും സുഖകരമായ നിദ്രയെ ജനിപ്പിക്കുന്നതും ലൈംഗികശക്തിയെ വർദ്ധിപ്പിക്കുന്നതും രസായന ശക്തിയുള്ളതുമാണ്.

"പീത്വാശ്വഗന്ധാ പയസാർദ്ധമാസം ഘൃതേനതൈലേന
സുഖാംബുനാവാ
വീര്യസ്യപുഷ്ടി വപുഷോ വിധത്തേ ബാലസ്യവൃക്ഷസ്യ
യഥാം ബുവൃഷ്ടി, (ഭാവപ്രകാരം 73-13)

അമുക്കുരത്തിന്റെ വേര് ഉണക്കിപ്പൊടിച്ചത് 6 ഗ്രാം വീതം ദിവസവും ഒരു ഗ്ലാസ് പാലിലോ 10 ഗ്രാം നെയ്യിലോ അല്ലെങ്കിൽ 20 മില്ലി നല്ലെണ്ണ (തിലതൈലത്തിലോ) 15 ദിവസം തുടർന്നു സേവിച്ചാൽ ശരീരപുഷ്ടി വർദ്ധിക്കുമെന്നാണ് മുകളിൽ എഴുതിയ പദ്യത്തിന്റെ അർത്ഥം.

അമുക്കുരം, മുന്തിരിങ്ങാ, തിപ്പലി, ശർക്കര, തേൻ ഇവ എല്ലാം കൂടി അരച്ച് യോജിപ്പിച്ച് ദിവസവും കഴിക്കാമെങ്കിൽ മെലിച്ചിൽ, ദൗർബല്യം ഇവ ശമിക്കും.

(വൃദ്ധാ മാധവം 18-9)

അമുക്കുരം, ശതാവരി, കുടങ്ങൾ, ശംഖപുഷ്പം ഇവ പതിവായി കഴി ച്ചാൽ ബുദ്ധിശക്തിയും ശരീരശക്തിയും വർദ്ധിക്കും. ആയുസ്സ് വർദ്ധി ക്കുകയും ചെയ്യും*

---

* മണ്ഡൂകപർണാശംഖകുസുമാവാജീഗന്ധാ ശതാവരി
ഉപയുഞ്ജീത ധീമേധാ വയ: സ്ഥൈര്യബലപ്രഭ (അ. ഹൃ. ഉ. 39-61)

അശ്വാഗന്ധാരിഷ്ടം അശ്വാഗന്ധാലേഹ്യം, അശ്വഗന്ധാഘൃതം എന്നീ ഔഷധയോഗങ്ങളെല്ലാം അമുക്കുരം പ്രധാനമായി ചേർത്തുണ്ടാക്കുന്നവയാണ്. ഇവയെല്ലാം വാതഹരമായും ശരീരപുഷ്ടിക്കായും ലൈംഗിക ദൗർബല്യം ഇല്ലാതാക്കാനുമായി ഉപയോഗിക്കുന്നു. ബനാറസ് ആയുർവ്വേദ യൂണിവേഴ്സിറ്റിയിൽ നടന്ന ചില പഠനങ്ങളിൽ അമക്കുരുത്തിന്റെ പൊടി അതേ പടി പാലിൽ ചേർത്തു കഴിക്കുന്നതാണ് അത് ലേഹ്യമായും അരിഷ്ടമായും പാകപ്പെടുത്തി കഴിക്കുന്നതിനേക്കാൾ ഏറെ കുണകരം എന്ന് മനസ്സിലാക്കാൻ കഴിഞ്ഞു.

ശതാവരി

സസ്യത്തിന്റെ കിഴങ്ങുപോലുള്ള തടിച്ച വേരുകൾക്കുള്ളിലെ ഞരമ്പ് എടുത്തുകളഞ്ഞതിനുശേഷമുള്ള ഭാഗമാണ് ഔഷധമായി ഉപയോഗിക്കുന്നത്.

“വാതപിത്ത ഹരീ വൃഷ്യാ സ്വാദുതിക്താ ശതാവരീ
മഹതീ ചൈവ ഹൃദ്യാച മേധ്യാഗ്നി ബലവർദ്ധിനി
ഗൃഹണ്യാർശോ വികാരഘ്നി വൃഷ്യാ ശീതാ രസായനീ
കഫപിത്ത ഹരാ സ്തിക്താ സ്തന്യ ഏവാങ്കുരാ സ്മൃതാ

(സുശ്രുതസംഹിത സൂ 46)

ശതാവരിക്കുള്ള സ്വാദ് (മധുരം) തിക്തരസങ്ങളും ശീതവീര്യവും പിത്തവികാരങ്ങളെ ശമിപ്പിക്കാൻ സഹായകമാകുന്നു. ഇതിന്റെ ഗുരുവും സർവ്വ ഗുണങ്ങളും മധുരരസവും വാതശമനവുമായി പ്രവർത്തിക്കുന്നു. ഇത് രസായനവും വാജീകരണവുമാണ്. മുലപ്പാലിനെ വർദ്ധിപ്പിക്കുന്നും പ്രത്യേകിച്ചും സ്ത്രീലാവണ്യത്തെ വർദ്ധിപ്പിക്കുന്നു. ശ്വേതരക്ത പ്രദങ്ങളെ ശമിപ്പിക്കുന്നു. മഞ്ഞപ്പിത്തം, അർശസ് തുടങ്ങിയ രോഗങ്ങളെ ശമിപ്പിക്കുന്നു.

ശതാവരിക്കിഴങ്ങ് അകത്തുള്ള ഞരമ്പുകളഞ്ഞ് അരച്ചെടുത്ത് പശുവിൻ പാലും നെയ്യും ചേർത്ത് വിധിപ്രകാരം നെയ്യ് ഉണ്ടാക്കുക. ഈ നെയ്യ് ശർക്കരയും തിപ്പലിയും തേനും ചേർത്ത് പതിവായി ഉപയോഗിച്ചാൽ ലൈംഗിക ശക്തി, ആരോഗ്യം, ആയുസ്സ്, സൗന്ദര്യം ഇവ വർദ്ധിക്കും.*

ശതാവരി ചൂർണ്ണം, നായ്ക്കുറണപ്പരിപ്പ് ഇവ സമമെടുത്തു പൊടിച്ച പൊടി പഞ്ചസാരയും ചേർത്തും പാലിൽ പതിവായി കുടിച്ചാൽ ദീർഘായുസ്സും ശരീരശക്തിയും ലൈംഗികശക്തിയും വർദ്ധിക്കും. (സുശ്രുതം ചി 26-35) ശതാവരീ ക്ഷീരപിഷ്ടാ പീതാസ്തന്യ വിവർദ്ധന

(യോഗരത്നാകരം പേ. 427)

ശതാവരിചൂർണ്ണം പാലിൽ കലക്കി സേവിക്കാമെങ്കിൽ പ്രസവിച്ച സ്ത്രീകൾക്ക് മുലപ്പാല് വർദ്ധിക്കും. യോഗരത്നാകരത്തിൽ വിവരിക്കുന്ന ഈ കാര്യം പല പുതിയ ഗവേഷണങ്ങളിലും തെളിഞ്ഞിട്ടുള്ളതാണ്. പ്രസ

* ഘൃതം ശതാവരീ ഗർഭ ക്ഷീരേ ദശഗുണേപചേത്
ശർക്കര പിപ്പലീ ക്ഷൗദ്രയുക്തം തദ് വൃഷ്യമുത്തമം (ച. പി 2/3-8)

വിച്ച സ്ത്രീകളുടെ ആരോഗ്യം വർദ്ധിക്കാനായി ശതാവരി ഇല അരച്ച് ശർക്കരയും അരിമാവും ചേർത്ത് കുറുക്കിയും കൊടുക്കാറുണ്ട്.

കുറുന്തോട്ടി

കുറുന്തോട്ടി പല ഇനത്തിൽ ഉണ്ട്. അവയ്ക്കെല്ലാം ഔഷധഗുണങ്ങളുമുണ്ട്. എന്നാൽ, ഇവയിൽ തന്നെ കൂടുതൽ പ്രചാരത്തിലുള്ളതും കൂടുതൽ ഔഷധഗുണങ്ങൾ ഉണ്ടെന്ന് വിശ്വസിക്കുന്നതുമായ കുറുന്തോട്ടികളാണ് താഴെ പറയുന്നവ.

1. കുറുന്തോട്ടി (Sida retusa)
2. വെള്ളക്കുറുന്തോട്ടി (മഹാബലി) (Sida Cordifolia)
3. ഭൂമിബല/നാഗബല/വള്ളിക്കുറുന്തോട്ടി (Sida Veronicefolia & Sida Cordata)

കുറുന്തോട്ടിയുടെ വേരാണ് പ്രധാനമായും ഔഷധമായുപയോഗിക്കുന്നത്. എന്നാൽ സമൂലവും ഔഷധമായി ഉപയോഗിക്കാം. രസായനമായി ഉപയോഗിക്കുമ്പോൾ വേരു തന്നെ എടുക്കണം. കുറുന്തോട്ടി ശീതവീര്യവും മധുരരസവും ലഘുവും സ്നിഗ്ദ്ധവുമാണ്.

കുറുന്തോട്ടി വേര് ഉണക്കിപ്പൊടിച്ചത് 15 ഗ്രാം പാലിൽ കാച്ചി ദിവസം കുടിക്കുക. ഇത് കുടീപ്രാവേശികവിധി അനുസരിച്ച് 100 ദിവസം ഉപയോഗിച്ചിട്ട് പാലും ചെന്നെല്ലരിചോറും കഴിച്ച് പഥ്യാനുഷ്ഠാനങ്ങളോടുകൂടി ഇരുന്നാൽ നൂറുവർഷം ജീവിച്ചിരിക്കുമെന്നാണ് സുശ്രുതൻ അവകാശപ്പെടുന്നത്.* (സുശ്രുതസംഹിത, ചികിത്സ, 27-10)

രസായനത്തോടൊപ്പം എല്ലാവിധ വാതവ്യാധികളെയും ശമിപ്പിക്കാൻ ശക്തിയുള്ള ഔഷധമാണ് കുറുന്തോട്ടി. ബലാതൈലം, ക്ഷീരബല, ബലാലവണഘൃതം, ബലാരിഷ്ടം തുടങ്ങിയ ഔഷധക്കൂട്ടുകൾ കുറുന്തോട്ടി പ്രധാനമായിചേർത്തുണ്ടാക്കുന്നവയാണ്. കുറുന്തോട്ടികൊണ്ട് ഒരാളുടെ വാതം പൂർണ്ണമായും ഭേദപ്പെട്ടാൽ അതയാളെ പൂർണ്ണ ആരോഗ്യത്തിലേക്കും ദീർഘായുസ്സിലേക്കും എത്തിക്കും. അപബാഹുകം, പക്ഷാഘാതം അർദ്ദിതം, സർവ്വാംഗവാതം തുടങ്ങിയ അനേകവാതരോഗങ്ങൾക്ക് ഉത്തമ ഔഷധമാണ് കുറുന്തോട്ടി.

ഗർഭിണികൾക്ക് കുറുന്തോട്ടി പാൽക്കഷായം കൊടുക്കുന്നത് പതിവാണ്. ഇത് കുട്ടികളുടെയും അമ്മയുടെയും ആരോഗ്യം സംരക്ഷിക്കുകയും പ്രസവം സുഖകരമായിത്തീരുകയും ചെയ്യും.

ആസ്ത്മ, ശോഷം, വാതരക്തം, രക്തപിത്തം, അനിദ്ര, ഗർഭിണികൾക്കുണ്ടാകുന്ന ശരീരവേദന ഇവയ്ക്കെല്ലാത്തിനും ഹിതകരമായ ഔഷധം കൂടിയാണ് കുറുന്തോട്ടി.

---

* യഥോക്തമാഗാരം. പ്രവിശ്യ ബലാമൂലാർത്ഥ ഫലം വാ
പയസാ...................
.... വർഷ ശതം വയസ്തിഷുതി (സു. സംഹിത ചി 27-10)

ബ്രഹ്മി

ശരീരം പോലെതന്നെ നല്ല ബുദ്ധിയും ജീവിക്കാൻ അനിവ്വാര്യമാണ്. ഇതൊരു മേധ്യരസായനമാണ്. ഓർമ്മശക്തി, കാര്യങ്ങൾ വളരെ വേഗം ഗ്രഹിക്കാനുള്ള ശക്തി, വളരെ വേഗം പ്രതിപ്രവർത്തിക്കാനുള്ള ശക്തി, ശ്രദ്ധ, ഊഹിക്കാനും ചിന്തിക്കാനുമുള്ള ശക്തി, അപഗ്രഥിക്കാനുള്ള ശക്തി ഇതെല്ലാം ശരിയായ ബുദ്ധിവികാസത്തിന്റെ പ്രതിഫലനങ്ങളാണ്. ബുദ്ധിയുടെ വികാസത്തെ പരിപുഷ്ടമാക്കുന്ന കോശങ്ങളെ ആരോഗ്യത്തോടുകൂടി നിലനിർത്താൻ ബ്രഹ്മിക്കു കഴിയും.

തിക്തകഷായ രസങ്ങളോടു കൂടിയതും ശീതവീര്യവും ലഘുവും ഗുണമുള്ളതാണ് ബ്രഹ്മി. ഇത് സ്വരത്തെയും ആയുസ്സിനെയും ബുദ്ധിശക്തിയെയും വർദ്ധിപ്പിക്കും. സ്വരത്തെ നന്നാക്കുന്നു. കുഷ്ഠം, വിളർച്ച, പ്രമേഹം എന്നീ രോഗങ്ങളേയും അപസ്മാരത്തെയും ശമിപ്പിക്കുന്നു*.

ബ്രഹ്മി സർവ്വസാധാരണമായി വളരുന്നത് വളരെ അഴുക്കു നിറഞ്ഞ ചെളിയും വെള്ളവും കെട്ടി നില്ക്കുന്ന സ്ഥലത്താണ്. അതിനാൽ വേരുകളഞ്ഞിട്ട് പല തവണ കഴുകി ശുദ്ധമാക്കിയിട്ടു വേണം ഉപയോഗിക്കാൻ

പഞ്ച ബ്രഹ്മി ഇടിച്ചു പിഴിഞ്ഞെടുക്കുന്ന നീര് 5 മുതൽ 10 മില്ലി വരെ അത്രയും തന്നെ നെയ്യിലോ വെണ്ണയിലോ തേനിലോ ചേർത്ത് രാവിലെ വെറും വയറ്റിൽ കുട്ടികൾക്കു നല്കാം.

"പൂർവ്വേ വയസ്സി" എന്ന രസായന സേവയുടെ കാലം സൂചിപ്പിക്കുന്നത് മേധ്യരസായനങ്ങളായ ബ്രഹ്മി, വയമ്പും ശംഖുപുഷ്പം, ചിറ്റമൃത്, കുടങ്ങൾ തുടങ്ങിയവ കുട്ടികൾക്കു നല്കാൻ ഏറെ പറ്റിയതായിട്ടാണ് കണക്കാക്കപ്പെട്ടിരിക്കുന്നത്. ബുദ്ധിയുടെ വികാസം ഏറിയ കൂറും ചെറുപ്പത്തിലാണ് സംഭവിക്കുന്നത്. അതുകൊണ്ട് മേധ്യൗഷധങ്ങൾ എല്ലാം തന്നെ പൂർവ്വേവയസ്സി അതായത് ബാലാവസ്ഥയിൽ തന്നെ നല്കണം.

ബ്രഹ്മീഘൃതം

ബ്രഹ്മിനീരിൽ കടുക്, വയമ്പ്, തിപ്പലി, വെള്ളക്കൊട്ടം, ഇന്തുപ്പ്, നറുനീണ്ടിക്കിഴങ്ങ് ഇവ കല്ക്കമാക്കി ചേർത്ത് നെയ്കാച്ചി സേവിച്ചാൽ ഓർമ്മശക്തിയും വാക് ശുദ്ധിയും ഉണ്ടാക്കും/ സഹസ്രയോഗം ഏതാണ്ട് ഇതേ ഔഷധങ്ങൾ ചേർത്തുണ്ടാക്കുന്ന ബ്രഹ്മീഘൃതം അല്പം പഴകിയാൽ അത് അപസ്മാരരോഗത്തിന് ഹിതമാണെന്ന് ഭാവപ്രകാശത്തിൽ അവകാശപ്പെടുന്നു.

സാരസ്വതഘൃതം

സാരസ്വതാരിഷ്ടം, സാരസ്വത ചൂർണ്ണം ഇവയെല്ലാം ബ്രഹ്മി ചേർത്തുണ്ടാക്കുന്ന ഔഷധ യോഗങ്ങളാണ്. ഇവ ബുദ്ധിവർദ്ധകവും ശരീരത്തിലെ

---

* ബ്രഹ്മ്യായുഷ്യാ: ഹിമാവേധ്യാ കഷായാതിക്തകാലഘ
സ്വര്യാ സ്മൃതിപ്രഭാകുഷ്ഠ പാണ്ഡുമേഹാസ്രകാസിജത് (ധന്വന്തരി നിഘണ്ടു)

വിഷബാധയെ നശിപ്പിക്കുന്നതും സ്വരത്തെ നന്നാക്കുന്നവയുമാണ്. ഈ ഔഷധക്കൂട്ടുകൾ എല്ലാം തന്നെ മനോരോഗങ്ങളെ ശമിപ്പിക്കുന്നവയാണ്.

കന്മദം

ഒരു ദിവസം തന്നെ ശക്തമായ ചൂടും ശക്തമായ തണുപ്പും അനുഭവപ്പെടുന്ന മലംപ്രദേശത്തുള്ള കരിങ്കൽപ്പാറകളുടെ ഇടുക്കുകളിൽ നിന്നാണ് കന്മാദം ഉരുകി ഇറങ്ങുന്നത്. പകൽസമയത്തുള്ള ശക്തമായ വർഷങ്ങളോളമുള്ള ചൂടുകൊണ്ട് കരിങ്കൽ പാറയുടെ ഉപരിതലത്തിൽ ചെറിയ ചെറിയ വിള്ളലുകൾ ഉണ്ടാകും. ഈ വിള്ളലുകൾക്കുള്ളിൽ പല ചെറിയ സസ്യങ്ങളും സൂക്ഷ്മാണുക്കളും പാറയുടെ പൊട്ടിയ അംശവും, ചൂടിന്റെയും തണുപ്പിന്റെയും വികാസ പരിണാമത്തിൽ അമർന്ന് ചേരുമ്പോൾ അത് ഈ കറുത്ത ദ്രാവകമായി ഒഴുകി വെളിയിലേക്കു വരുന്നു. ഈ വസ്തുവിന്റെ പേരാണ് കന്മദം. ഇന്ത്യ, ടിബറ്റ്, ഭൂട്ടാൻ, നേപ്പാൾ ഇവിടങ്ങളിലും നമ്മുടെ പർവ്വതങ്ങളിൽ നിന്ന് ദുർല്ലഭമായും ലഭിച്ചുവരുന്നു. ഏതാണ്ട് താറിന്റെ രൂപത്തിലാണ് ഇതുകണ്ടുവരുന്നത്.

കന്മദം തിക്തകടു രസങ്ങളോടുകൂടിയതും വിപാകത്തിൽ കടുരസമുള്ളതും സമശീതോഷ്ണമായിട്ടുള്ളതും മേദസ്സിനെയും പ്രമേഹത്തെയും കുറയ്ക്കുന്നതുമാണ്. കന്മദം, അതുണ്ടാകുന്ന പാറയിൽ അടങ്ങിയിട്ടുള്ള ലോഹതത്വങ്ങൾ. അവിടെയുള്ള സൂക്ഷ്മാണുക്കൾ, സസ്യങ്ങൾ ഇവയുടെ ഗുണങ്ങൾ അനുസരിച്ച് ഗുണത്തിലും മണത്തിലും അല്പസ്വല്പം വ്യത്യാസങ്ങൾ ഉണ്ടായിരിക്കും. ഹിമാലയസാനുക്കളിൽനിന്നു ലഭിക്കുന്ന കന്മദത്തിൽനിന്നും സഹ്യാദ്രികളിൽനിന്നും ലഭിക്കുന്ന കന്മദത്തിന് ഗുണത്തിൽ ചില വ്യത്യാസങ്ങൾ ഉണ്ടായിരിക്കുമെന്ന് സത്യം.

കന്മദം പ്രധാനമായും പ്രമേഹരോഗിയുടെ പ്രമേഹം പൂർണ്ണമായും നിയന്ത്രിച്ച് അയാൾക്ക് പുതുജീവനും ആരോഗ്യവും പ്രദാനം ചെയ്യുന്നു. ഈ വിധം പരോക്ഷമായി രസായനൗഷധത്തിന്റെ ഫലം നല്കുകയാണ് കന്മദം ചെയ്യുന്നതും. ഇങ്ങനെ രസായനഗുണം നല്കുന്ന ഔഷധങ്ങളെ നൈമിത്തിക രസായനമായി കരുതുന്നു.

സാലസാരാദി കഷായത്തിൽ കന്മദം ചേർത്തും സേവിക്കുകയും തുടർന്ന് നല്ല വിശപ്പുണ്ടായാൽ ജാംഗലമാംസം (കോഴി, ആട്ടിറച്ചി മുതലായവ) രസം കൂട്ടി ഊണു കഴിക്കുകയും ചെയ്യണം. ഇങ്ങനെ തുടർന്ന് വർഷങ്ങളോളം (ഒരു തുലാം കന്മദം തീരുന്നതുവരെ) സേവിച്ചാൽ പ്രമേഹം പൂർണ്ണമായിത്തീർന്ന് രോഗി ആരോഗ്യത്തോടുകൂടി നൂറുവർഷം ജീവിക്കും. (ചക്രദത്തം). എന്നാൽ, അഷ്ടാംഗഹൃദയകാരൻ അരതുലാം കന്മദം സേവിക്കാനാണ് വിധിക്കുന്നത്*

---

* ശിലാജതുക്ഷൗദ്രവിഡംഗ സർപ്പിർ
ലോഹാദയാപാരദ താപ്യദക്ഷ:
ആപൂര്യതേ ദുർബ്ബല ദേഹധാതു
സ്ത്രീപഞ്ചരാത്രിണി യഥാശശാങ്ക (അ. ഉത്ത. 2 രസായം - 163)

കന്മദം, തേൻ, വിഴാലരി, നെയ്യ്, ലോഹഭസ്മ കടുക്കാ, രസം (ശുദ്ധി ചെയ്ത മെർക്കുറി) മാക്കീരക്കല്ക് ഇവയെല്ലാം കൂടി ചേർത്ത് പതിവായി 15 ദിവസം കഴിക്കാമെങ്കിൽ ധാതുപുഷ്ടിയും സൗന്ദര്യവും ആരോഗ്യവും ഉണ്ടാകും.

11

ഉപകർമ്മങ്ങൾ

കടിവസ്തി

നടുവുവേദന ഫലപ്രദമായി ചികിത്സിക്കാൻ ചെയ്യുന്ന ഒരു ആയുർവ്വേദ ചികിത്സാരീതിയാണ് കടിവസ്തി

നടുവുവേദന (Lower back pain)

കശേരുകാസ്ഥികൾ (Vertribra) ചേർന്നാണ് നട്ടെല്ലുണ്ടാക്കിയിരിക്കുന്നത്. അതിനുള്ളിലൂടെയാണ് തലച്ചോറിന്റെ അടിഭാഗത്തുനിന്നു ഉത്ഭവിക്കുന്ന സുഷുമ്നകാണ്ഡം സ്ഥിതി ചെയ്യുന്നത്. ഈ കശേരുകാസ്ഥികളുടെ ഓരോന്നിന്റെയും ഇരുപാർശ്വങ്ങളിൽ ഓരോ ഛിദ്രങ്ങളുണ്ട്. ഈ ചിദ്രത്തിലൂടെയാണ് സുക്ഷുമ്നാനാഡിയുടെ ശാഖകൾ ശരീരത്തിലേക്ക് വ്യാപരിക്കുന്നതും സംജ്ഞാചേഷ്ടാ നാഡീപ്രവർത്തനത്തെ സജീവമാക്കുന്നതും. ഈ നട്ടെല്ലെന്ന് വിശേഷിപ്പിക്കുന്ന കശേരുക്കളെ മൂന്നായി വിഭജിക്കും. ഇതിൽ കീഴ്ഭാഗത്തുള്ള കശേരുക്കളിൽ നാലിനും അഞ്ചിനും കശേരുക്കൾക്കിടയിലുള്ള തരുണാസ്ഥി നിർമ്മിതമായ ഡിസ്കുകൾക്കും കശേരുക്കൾക്കുതന്നെയും അല്ലെങ്കിൽ അവ ബലപ്പെടുത്തി നിർത്തുന്നതും യഥാസ്ഥാനത്തു നിലനില്ക്കുന്നതും അവയോടു ബന്ധപ്പെട്ടു നില്ക്കുന്ന ലിഗ്മെന്റുകളാണ്. വളരെ ചലനസ്വഭാവമുള്ള നട്ടെല്ലിന്റെ അടിഭാഗത്തു കശേരുകകൾക്കോ (L. 4, 5 Vertebra) അതിനിടയിലുള്ള വൃത്തഫലകാങ്ങൾക്കോ (disc) അതല്ലെങ്കിൽ ലിഗമെന്റുകൾക്കോ തേയ്മാനം സംഭവിച്ചാൽ ആ കശേരുക്കൾക്കിടയിൽ നിന്ന് വെളിയിലേക്കും അതുവഴി കാലുകളിലേക്കുംപോകുന്ന നാഡികൾക്ക് (Seiafic nerve) രോധമോ സമ്മർദ്ദമോ ഉണ്ടാകുമ്പോൾ നടുവേദനയും തുടകൾക്കും ചിലപ്പോൾ കാലുകൾക്ക് മുഴുവനായും തരിപ്പും കഴപ്പും അനുഭവിക്കപ്പെടുകയും

ചെയ്യും. ഈ വിധത്തിലുള്ള നടുവേദനയ്ക്കും അതിനോട് അനുബന്ധമായിട്ടുള്ള കാൽകഴപ്പിനും ഏറ്റവും ഫലപ്രദമായ ചികിത്സ കിഴിയും കടിവസ്തിയുമാണ്. ഈ വിധമുള്ള നടുവേദന അധികമായി കാണുന്നത് കൂടുതൽ നിവർന്നും കുനിഞ്ഞും കുനിഞ്ഞും നിവർന്നു വളഞ്ഞുനിന്നും വളഞ്ഞിരുന്നും ജോലി ചെയ്യുന്ന മെക്കാനിക്കുകൾ, വയർമാൻമ്മാർ, അടുക്കള ജോലികൾ ചെയ്യുന്ന സ്ത്രീകൾ, അലക്കുകാർ തുടങ്ങിയവർക്കാണ്.

കിഴിയുടെ ചേരുവകൾ

ചതകുപ്പ, ഉലുവാപ്പൊടി, ഇന്തുപ്പ്, തേങ്ങാപ്പീര, എള്ളിന്റെപൊടി, പുളിയില, ആവണക്കില, എരുക്കില, മുരിങ്ങയില, കരിനൊച്ചി ഇല, ചെറുനാരങ്ങ, ഉങ്ങിന്റെ ഇല, വാതം കൊല്ലി തുടങ്ങിയവയാണ്.

ഉണ്ടാക്കുന്ന വിധം: 14 ഇഞ്ച് നീളത്തിലും 14 ഇഞ്ച് വീതിയിലും ഒരു ഉറപ്പുള്ള കോട്ടൻ തുണിക്കഷണമെടുക്കുക. മുകളിൽ പറഞ്ഞ ഇലകളും നാരങ്ങയും ചെറുതായി കൊത്തി അരിഞ്ഞ് മറ്റ് കിഴിക്കുപറഞ്ഞ സാധനങ്ങളും ചേർത്ത് ഒരു ചീനച്ചട്ടിയിലിട്ട് അല്പം വേപ്പെണ്ണയോ ആവണക്കെണ്ണയോ ചേർത്ത് കുറച്ചൊന്ന് ചെറിയ ചൂടിൽ ചിക്കി വാട്ടി എടുത്ത് മുകളിൽ പറഞ്ഞ തുണിയിൽ തട്ടിയിട്ട് ഒരു ഇടത്തരം പൊതിച്ച തേങ്ങയുടെ വലിപ്പത്തിൽ കെട്ടി എടുക്കുക.

കിഴി ഇടുന്ന വിധം:

രോഗിയെ ഒരു ദ്രോണിയിൽ കമഴ്ത്തിക്കിടത്തുക. വാതഹരങ്ങളായ ധന്വന്തരതൈലമോ സഹചരാദിതൈലമോ, അല്പം ചൂടാക്കി പുറത്തു തേക്കുക, ഒരു ചെറിയ ഉരുളിയിലോ ചീനച്ചട്ടിയിലോ കിഴിയുടെ പകുതി ഭാഗം മുങ്ങത്തക്കവിധം എണ്ണ എടുക്കുക. അതിൽ കിഴി ഇട്ട് ചെറിയ അഗ്നിയിൽ എണ്ണ ചൂടാക്കുക. കിഴി ചൂടായെന്നു കാണുമ്പോൾ എടുത്ത് എണ്ണ ഞെക്കി കളഞ്ഞിട്ട് സഹിക്കാവുന്ന ചൂടേ ഉള്ളൂവെന്നു ബോദ്ധ്യമായാൽ രോഗിയുടെ വേദനയുള്ള ഭാഗത്ത് കിഴി ഇടുക. ഈ വിധം ഏതാണ്ട് 45 മിനിട്ട് കിഴി ഇടുക. ഈ വിധം തുടർന്ന് 7 ദിവസം ചെയ്യുകയും അതിനെ തുടർന്ന് 7 ദിവസം വിശ്രമിക്കുകയും ചെയ്താൽ രോഗിക്ക് വേദന പൂർണ്ണമായും മാറിക്കിട്ടും. മൂന്നോ നാലോ ദിവസം തുടർന്നു കിഴിയിട്ടിട്ട് ആ കിഴി മാറ്റി പുതിയ കിഴി എടുക്കണം

12

പഞ്ചകർമ്മ ചികിത്സയ്ക്കു ശേഷമുള്ള ആഹാര ചര്യാക്രമങ്ങൾ

രണ്ടു രീതിയിലുള്ള ആൾക്കാരാണ് സാധാരണ ഗതിയിൽ പഞ്ചകർമ്മ ചകിത്സയ്ക്കായി എത്തുന്നത്. ഇതിൽ ആദ്യത്തെ കൂട്ടർ പ്രധാനമായും പല വിധത്തിലുള്ള വാതവ്യാധികൾ കൊണ്ട് കഷ്ടത അനുഭവിക്കുന്നവരാണ്. സന്ധിവാതം, ആമവാതം, പക്ഷാഘാതം, പക്ഷവധം, നടുവുവേദന, കാൽമുട്ടു വേദന, കഴുത്തുവേദന ഇങ്ങനെ പോകുന്നു ആരോഗങ്ങളിൽ ഏറിയകൂറും. രണ്ടാമത്തെ കൂട്ടർ സുഖചികിത്സക്കായി മഴക്കാലത്തും തണുപ്പുകാലത്തും ഒഴിവുകാലങ്ങളിലും വരുന്നവരാണ്. ഇവർക്കെല്ലാം ഒരു രീതിയിലുള്ള ഭക്ഷണരീതി ഒരിക്കലും സ്വീകാര്യമല്ല.

ഭക്ഷണകാര്യത്തിൽ എല്ലാരും മനസ്സിലാക്കേണ്ട ചില നിയമങ്ങളും സിദ്ധാന്തങ്ങളും പൊതുവായുണ്ട്. അത് രോഗമുള്ളവരും ഇല്ലാത്തവരും ഒരുപോലെ മനസ്സിലാക്കണം.

ഒരാൾ ഒരിക്കലും വയറു നിറയെ അല്ലെങ്കിൽ മൃഷ്ടാനഭോജനം കഴിക്കെരുതെന്നാണ് ആയുർവ്വേദം ആദ്യം നല്കുന്ന ഉപദേശം. വയറ് പകുതി ആഹാരം കൊണ്ടും കാൽഭാഗം ഒഴിച്ചിട്ടും കാൽഭാഗം വെള്ളം കൊണ്ടു നിറയ്ക്കണം. ഈ നിർദ്ദേശം സരളമെങ്കിലും ലോകം മുഴുവൻ ഈ നിർദ്ദേശത്തെ വാഴ്ത്തുന്നു. ഈ നിർദ്ദേശം എല്ലാരും ഉൾക്കൊണ്ടാൽ കൊളസ്ട്രോൾ കൊണ്ടുണ്ടാകുന്ന ഹൃദ്രോഗങ്ങൾ, സന്ധിരോഗങ്ങൾ, പ്രമേഹം ഇവയെ ഒരു പരിധി വരെ ഒഴിച്ചു നിർത്താം. ഈ നിർദ്ദേശം പഞ്ചകർമ്മം ചെയ്തവരും അവരുടെ വ്രതാനുഷ്ഠാന കാലത്ത് അനുസരിക്കണം. പഞ്ചകർമ്മം ചെയ്ത ആളുകൾ വളിച്ചതും പഴകിയതും ഫ്രിഡ്ജിൽ വെച്ച് തണുപ്പിച്ചതുമായ ആഹാരം കഴിക്കരുത്. ഫ്രിഡ്ജിൽ ഒരാഹാരം കയറ്റി വെക്കുമ്പോൾ അതിൽ അല്പസ്വല്പം പലതരത്തിലുള്ള അണുക്കൾ കണ്ടെന്നുവരും. ഒന്നോ രണ്ടോ ദിവസം ഫ്രിഡ്ജിൽ ഒരു സാധനമിരി

ക്കുന്നതിനുള്ളിൽ പലതവണ കരണ്ടുപോവുകയും ഫ്രിഡ്ജ് അണഞ്ഞിരിക്കുകയും ചെയ്യും. ഈ വേളയിൽ ആഹാരത്തിൽ ഉണ്ടായിരുന്ന അണുക്കൾ (Bacteria, Virus, Fungues etc) പതിൻമടങ്ങ് ശക്തിയോടുകൂടി വർദ്ധിക്കുന്നു. പിന്നെയും കറണ്ടു വരുമ്പോൾ ഈ ആഹാരസാധനങ്ങളെല്ലാം വർദ്ധിച്ച അണുക്കളോടുകൂടി അതേപടി ഇരിക്കും. ഫ്രിഡ്ജിൽ വെക്കുന്നതുകൊണ്ട് അതിൽ ഉണ്ടായിരുന്നതും കരണ്ടുപോയപ്പോൾ വർദ്ധിക്കുന്നതുമായ അണുക്കൾ വർദ്ധിക്കുന്നില്ല നശിക്കുന്നുമില്ല. പലപ്പോഴും ഐസ്ക്രീം വാങ്ങിക്കഴിക്കുമ്പോൾ ഇങ്ങനെ ഐസ്ക്രീമിൽ കറണ്ടു പോയപ്പോൾ വർദ്ധിച്ച അണുക്കൾ തൊണ്ട വേദന, പനി, ചുമ തുടങ്ങിയ രോഗങ്ങൾക്കു കാരണമാകുന്നു. പഞ്ചകർമ്മം ചെയ്ത് ഇളകിയിരിക്കുന്ന ശരീരത്തിൽ എളുപ്പമാണ് ഇന്നും അണുക്കൾ നാശം വിതയ്ക്കുന്നത്.

മാർക്കറ്റിൽ നിന്നു വാങ്ങുന്ന preservative ചേർത്തതും നിറം ചേർത്തതും, Sodium bromide തുടങ്ങിയ വീർത്തു പോരുകാൻ ചേർക്കുന്ന കെമിക്കൽ ചേർത്തതും Steriod ചേർത്തു ഭാരം വർദ്ധിപ്പിച്ച മാംസവും വാങ്ങി ഉപയോഗിക്കരുത്. ഇത്തരം ഭക്ഷണം കൊണ്ട് പഞ്ചകർമ്മം കൊണ്ട് ശുദ്ധമായ ശരീരത്തെ കൂടുതൽ വീണ്ടും അശുദ്ധമാക്കാനേ ഉപകരിക്കൂ.

പോഷകമൂല്യം കുറഞ്ഞ ആഹാരങ്ങളെയാണ് ആയുർവ്വേദം രൂക്ഷാനാരം എന്ന പദംകൊണ്ട് അർത്ഥമാക്കുന്നത്. ചീനി, ചേമ്പ്, നനകിഴങ്ങ്, വെണ്ണി, കാച്ചിൽ, വലിയ ചോളം, തവിട്ടു കളഞ്ഞ പച്ചരി ഇവയെല്ലാം ഈ വിഭാഗത്തിൽ പെടുന്നു. ഇവയെല്ലാം കഴിച്ച് വയറു നിറച്ചാൽ ഇവയിൽ നിന്ന് പറയത്തക്ക പോഷകമൂല്യങ്ങൾ കിട്ടുകില്ല എന്നു മാത്രമല്ല പോഷകമൂല്യമുള്ള ആഹാരങ്ങൾ കഴിക്കാനുള്ള അവസരം നഷ്ടപ്പെടുകയും ചെയ്യുന്നു.

ഫലങ്ങൾ, പച്ചക്കറികൾ, പാല്, നെയ്യ്, ഇഞ്ചി, മാംസം, മാംസരസം, പരിപ്പ്, പയറ്, ചെന്നെല്ലരി, സൂപ്പ്, ഗോതമ്പ്, തേൻ, അണ്ടിവർഗ്ഗങ്ങൾ ്ഇവ ഉൾക്കൊള്ളുന്നതായിരിക്കണം. നിത്യേന ഉള്ള ആഹാരം, ആഹാരം പാകം ചെയ്യുമ്പോൾ അധികം മസാലകൾ ഉപയോഗിക്കാൻ പാടില്ല. ആഹാരം അല്പം ചൂടുള്ളതായിരിക്കണം. പഴയ ആഹാരം ചൂടാക്കി വീണ്ടും വീണ്ടും ഉപയോഗിക്കാൻ പാടില്ല. കുടിക്കാനുള്ള വെള്ളം വെട്ടിതിളപ്പിച്ച് ശരീരത്തിന്റെ ചൂടിൽ കുടിക്കണം. വേനൽക്കാലത്ത് തണുത്തവെള്ളവും തണുപ്പുകാലത്ത് ചൂടുവെള്ളവും കുടിക്കണം. മഴക്കാലത്ത് രോഗാണുക്കൾ വെള്ളത്തിൽ കാണാൻ സാദ്ധ്യത ഉള്ളതിനാൽ വെള്ളം പകുതി വറ്റുന്നതു വരെ തിളപ്പിച്ച് പിന്നെ സമശീതോഷ്ണ ചൂടിൽ തണുത്തിട്ട് കുടിക്കണം.

ഒരാഹാരം കഴിഞ്ഞ് വീണ്ടും വിശപ്പ് ഉണ്ടെങ്കിൽ മാത്രമേ അടുത്താഹാരം കഴിക്കാൻ പാടുള്ളൂ. മലമൂത്ര വിസർജ്ജനത്തിനുശേഷമേ ൊരു ദിവസത്തെ ആഹാരം തുടങ്ങാവൂ ഒരു ദിവസം മലം പോയില്ലെങ്കിൽ അന്ന്

ആഹാരം നിർത്തിവെച്ചിട്ട് അടുത്ത ദിവസം മലശോധന വരുത്തിയിട്ടു വേണം പ്രധാന ആഹാരം തുടരാനെന്നും ആയുർവ്വേദം നിർദ്ദേശിക്കുന്നു. സാമാന്യരീതിയിൽ സൂര്യൻ ഉദിച്ചുകഴിഞ്ഞും (രാവിലെ ആറു മണിക്കുശേഷവും വൈകിട്ട് സൂര്യൻ ആസ്തമിക്കുന്നതിനു മുൻപും ആഹാരം കഴിക്കണം. രണ്ടു നേരത്തെ ആഹാരമാണ് ആയുർവ്വേദം നിർദ്ദേശിക്കുന്നത്. എന്നാൽ നല്ല വിശപ്പും ക്ഷീണവുമുണ്ടെങ്കിൽ എപ്പോൾ വേണമെങ്കിലും ആഹാരം കഴിക്കാം എന്നു ആയുർവ്വേദം അനുശാസിക്കുന്നു.

ഓരോ ശോധന ചികിത്സക്കു ശേഷവും (വമനം, വിരേചനം, വസ്തി, നസ്യം, രക്തമോക്ഷം) പേയാദിക്രമപ്രകാശം ആഹാരസേവ നടത്തണം. പ്രയാദിക്രമത്തെ മറ്റൊരിടത്ത് വിവരിച്ചിട്ടുണ്ട്.

വിഹാരം

പഞ്ചകർമ്മം ചെയ്ത അത്രയും നാൾ ഒരാൾ വളരെ അച്ചടക്കത്തോടുകൂടി ജീവിക്കണം. ലൈംഗികവിചാരങ്ങളിലേക്കും ലൈഗിക വേഴ്ചയിലേക്കും പോകാതെ നോക്കണം. വളരെ ക്ലേശകരമായ ജോലികൾ ചെയ്യരുത്. പകൽ ഉറങ്ങരുത്. രാത്രി സുഖമായി ഉറങ്ങാൻ ശ്രമിക്കണം. വായു യഥേഷ്ടം വന്നുപോകുന്നതും അധികം ചൂടാ തണുപ്പുമില്ലാത്തതുമായ മുറി ആയിരിക്കണം ഉപയോഗിക്കേണ്ടത്. ഹൃദ്യമായ ഫലിതവും വിജ്ഞാനപ്രദമായ സംഭാഷണ ചാരുതിയും ഉള്ള കൂട്ടുകാരുമെന്നായിരിക്കണം. ഈ നാളുകൾ ചിലവിടേണ്ടത്.

പുകവലി പുകയില കൊണ്ടുള്ള മറ്റ് ഉൽപ്പന്നങ്ങളുടെ ഉപയോഗം മദ്യപാനം ഇവ കർശനമായും ഒഴിവാക്കണം. ഇത്തരം കാര്യങ്ങളിൽ മുൻപ് ഇടപെട്ടിരുന്ന ആളാണെങ്കിൽ ഇതൊരു നല്ല അവസരമായി കണക്കാക്കി അത്തരം കാര്യങ്ങളിൽ നിന്ന് പൂർണ്ണമായി വിമുക്തനാകാനുള്ള അവസരം ഉപയോഗിക്കാനും അധികം ചായയും കാപ്പിയും കുടിക്കുന്ന ആളാണെങ്കിൽ അത് ഒരു ദിവസം രണ്ടോ മൂന്നോ ചായയിൽ ഒതുക്കണം. കൊക്കക്കോള തുടങ്ങിയ Soft drink കൾ പൂർണ്ണമായും ഉപേക്ഷിക്കണം.

ശാന്തത, നീതിബോധം, നന്മ ചെയ്യാനുള്ള അഭിനിവേശം സത്യസന്ധത ഇവ കൊണ്ട് സമൂഹത്തിൽ ഒരു ഗുരുവായി ജീവിക്കാൻ ശ്രമിക്കുക. രോഗങ്ങൾക്കും രോഗങ്ങളുടെ നിവാരണത്തിനും സ്വസ്ഥത നിലനിർത്തുന്നതിനും മനസ്സിനുള്ള സ്ഥാനം വളരെ വലുതാണ്. ഇവിടെ യോഗശാസ്ത്രത്തിൽ വിവരിക്കുന്നതായ യമം, നിയമം, ധാരണ, ധ്യാനം തുടങ്ങിയ മനസ്സിനെ നിയന്ത്രിക്കുന്ന അഷ്ടപാദങ്ങളെ പൂർണ്ണമനസ്സോടുകൂടി സ്വീകരിക്കുകയും അനുസരിക്കുകയും ചെയ്യുന്നത് നല്ലതാണ്.

അനുബന്ധം

പഞ്ചകർമ്മ ചികിത്സയിൽ ഉപയോഗിക്കുന്ന ഔഷധങ്ങളുടെ വർഗ്ഗീകരണം

1. ദീപനപാചന ദ്രവ്യങ്ങൾ

ശൃംഗവേരം	ഇഞ്ചി/ചുക്ക്	*Zingiber officinale*
ചവ്യം	ചവികം	*Piper cuba*
ചിത്രക	ചുവന്ന കൊടുവേലി	*Plumbago rosea*
ചിത്രക	വെള്ളകാടുവേലി	*P. Zrylanica*
മുസ്ത	മുത്തങ്ങ	*Cyperus rotunda*
പിപ്പലി	തിപ്പലി	*Piper longum*
പിപ്പലിമൂല	തിപ്പലിവേര്	*Root of piper longum*
ആരണ്യതിപ്പലി	ഉണ്ടതിപ്പലി (കാട്ടുതിപ്പലി)	*Piper retrospectrum*
അമ്ലവേനസ	കുടംപുളി	*Garcinia gummigutta*
മരിച	കുരുമുളക്	*Piper nigrum*
ഹിംഗു	കായം	*Ferula Focitida*
അജമോദ	അയമോദകം	*Trachyspermum ammi*
ഡാഡിമ	മാതളം	*Punica Granatum*
കടുരോഹിണി	കടുകുരോഹിണി	*Picrorrhiza kurroa*
അജാജി	ജീരകം	*Cuminum cyminum*
ഗണ്ഡീര	മാങ്ങാ ഇഞ്ചി	*Curcuma amada*
അതിവിഷാ	അതിവിടയം	*Aconitum heterophyllum*
അമ്ലികാ തിന്ത്രിണി	വാളൻപുളി	*Tamarindus indica*

എല്ലാ വിധത്തിലുള്ള ഉപ്പുകളും അഗ്നി ദീപ്തിയെ ഉണ്ടാക്കുന്നവയാണ്.

അഗ്നിദീപ്തികരങ്ങളായ ചില ഔഷധയോഗങ്ങൾ

വമന ദ്രവ്യങ്ങൾ

മദന ഫലം	മലങ്കാരക്കാ	*Xeromphis spinosa Syn Randia dumetorum*
യഷ്ടിമധു	ഇരട്ടിമധുരം	*Glycyrrhiza glabra*
അപാമാഗ്	കടലാരി	*Achyranthus aspira*
ഇന്ദ്രവാരുണി	പേക്കുമ്മട്ടി	*Citrullus colocynthis*
ഇക്ഷു	കരിമ്പ്	*Saeeharum officinarum*
കടുതുംബി	പേച്ചുര	*Lagenaria Vulgaris*
ജീമൂത	കാട്ടുപീച്ചിൽ	*Luffa acutangula*
കുടജ	കുടകപ്പാലയരി	*Holarrhina antidysenterica*
പൂർവ്വ	പെരുംകുരുമ്പ	*Chonimorpha macrophylla*
കോവിദാര	മലയകത്തി	*Bauhinia racemosa*
നീപ	കടമ്പ്	*Anthocephalus cadamba*
ബിംബി	കയ്പൻകോവ	*Coccinia indica*
നിംബ	വേപ്പ്	*Azadiracta Indica*
സർഷപം	കടുക്	*Brassica nigrum*
കൃമിഘ്ന	വിഴാലരി	*Embilia ribes*
ഏല	ഏലത്തരി	*Elattaria cardomomum*
കരള്ളു	ഉങ്ങ്	*Derris indica*
പിപ്പലി	തിപ്പലി	*Piper longum*
വചാ	വയമ്പ്	*Acorus calamus*
സൈന്ധവം	ഇന്തുപ്പ്	*Rock salt*

വിരേചനൗഷധങ്ങൾ

ദ്രാക്ഷാ	മുന്തിരിങ്ങ	*Vitis Vinifera*
അക്ഷിതം	കമ്പിപ്പാല (കറ)	*Euphorbia Tiruealli*
അർക്ക	എരുക്ക് (കറ)	*Calotropis procra C. Gigantea*
ആരഗ്വധ	കണിക്കൊന്ന (ഫലമജ്ജ)	*Cassia Fistula*
ഏരണ്ഡ	ആവണക്ക് (തൈലം)	*Ricinus Communis*
കടുരോഹിണി	കടുകുരോഹിണി	*Picrorrhiza kurroa*
ത്രിവൃത	ത്രികോല്പക്കൊന്ന	*Operculina Turpathum*
ദന്തി	നാഗദന്തി	*Baliospermum montanum*
സേഹുണ്ഡ	കള്ളിച്ചെടി	*Euphorbia nerrifolia*
ഹരീതകി	കടുക്ക	*Terminalia chebula*

ആമലകി	നെല്ലിക്കാ	*Emblica officinale*
വിഭീതകി	താന്നിക്ക	*Terminalia bellerica*
സ്നിഗ്ദ്ധജീര	ഇസഫ്ഗോൾ	*Plantago Ovata*
ജയപാല	നീർവാളം	*Croton tinglium*
സോനമുഖി	ചിന്നാമുക്കി	*Cassia angustifolia*
പടോല	കയ്പൻപടവലം	*Trichosanthus cucumerina*
ഗുളുചി	ചിറ്റമൃത്	*Tinospora Cardifolia*
ഗോമൂത്രം	പശുവിൻമൂത്രം	*cow urine*
സ്വർണ്ണക്ഷീരി	എരുമക്കള്ളി	*Argemone mexicana*
ദുഗ്ദ്ധം	പശുവിൻ പാൽ	*cow milk*

വസ്തികർമ്മത്തിൽ ഉപയോഗിക്കുന്ന ഔഷധ-ദ്രവ്യങ്ങൾ

ത്രിവൃത	ത്രികോല്പക്കൊന്ന	*Operculina turpethum*
ഏരണ്ഡ	ആവണക്കിൻ വേര്	*Ricinus cumminis*
ബില്വ	കൂവളം	*Aegle marmelos*
അഗ്നിമന്ഥ	മുഞ്ഞ	*Premna latifolia*
ശ്യോനാക	പലകപയ്യാനി	*Oroxylum indicum*
അശ്വദംഷ്ട്ര	ഞെരിഞ്ഞിൽ	*Tribulus terestris*
അശ്വദംഷ്ട്രാ	വലിയഞെരിഞ്ഞിൽ	*Padalium murex*
പിപ്പലി	പിപ്പലി	*Piper longum*
കുഷ്ഠ	കൊട്ടം	*Sanssurea lappa*
സഷ്പ	കടുക്	*Brassica funcea*
വചാ	വയമ്പ്	*Aeorus Calamus*
കുടജ	കുടകപ്പാല	*Holarrhena Antidyzenterico*
ശതപുഷ്പ	ചതകുപ്പ	*Pencedanum graveoleus*
മധുക	ഇരട്ടിമധുരം	*Glycyrrhiza Glabra*
മദനഫല	മലങ്കാരക്കാ	*Randia dumetorum*
രാസ്നാ	ചിറ്റരത്ത	*Alpinia Calcarata Pluchia lanceolata*
സുരദാരു	ദേവതാരം	*Cedrus deodaru*
പുനർനവ	തഴുതാമ	*Boerhavia diffusa*
മധു	തേൻ	*Honey*
യവ		
ശാലപണി	ഓരില	*Desmodium Gangetieum*
പൃശ്നപണി	മൂവില	*Pseudathria viscida*
ലവണം	ഇന്തുപ്പ്	*Rock salt*

ശിരോവിരേചന ദ്രവ്യങ്ങൾ

ജ്യോതിഷ്മതി	ചെറുപുന്ന അരി	*Celatrus paniculata*
ക്ഷവക	കടുക്	*Brassica Cambestris*
		B. nigra
മരിചം	കുരുമുളക്	*Piper nigrum*
പിപ്പലി	തിപ്പലി	*Piper longum*
വിഡംഗം	വിഴാലരി	*Embilia ribes*
ശിഗ്രു	മുരിങ്ങ	*Moringa olifera*
അപാമാർഗ്ഗ	കടലാടി	*Achyranthus aspera*
ശംഖപുഷ്പി	ശംഖപുഷ്പം	*Clitoria ternatea*
മഹാശ്വേത	വയമ്പ്	*Acorus calamus*
ദാർവി	മരമഞ്ഞൾ	*Coscinium Fenistratum*
		Berberis aristata
ഗിരീഷബീജം	നെന്മേനി വാകക്കുരു	*Seed of Albezia lebbeck*
ബാർഹത ബീജം	പുന്നരച്ചുണ്ടവിത്ത്	*Seed of solanum indicum*
മധുകസാര	ഇലിപ്പക്കാതൽ	*Madhuca indica*
ഏല	ചിറ്റേലം	*Elettaria cardamomum*
കൃഷ്ണജീര	കരിംജീരകം	*Nigella Sativum*
		Cuminum bulbocartranum
കട്ഫലം	കട്ഫലം	*Myrica nagi*
നിശ	മഞ്ഞൾ	*Curcuma longa*
ഹിംഗു	കായം	*Ferula Foctida*
സുരാള	ചരളം	*Shorea rubesta*

റഫറൻസ്

ചരകൻ, *ചരകസംഹിത വ്യാഖ്യാനം* K K Sharma & Bhagavan Dash, Published by Chowkhamba Sanskrit, Series- Varanasi Reprint 2012.

സുശ്രുതൻ, *സുശ്രുത സംഹിത ഭാഷാവ്യാഖ്യാനം* എം നാരായണൻ വൈദ്യൻ, പി ഒ ഇടക്കാട്, കണ്ണൂർ, 2007

വാഗ്ഭടൻ, *അഷ്ടാംഗഹൃദയം*, ഭാഷാ വ്യാഖ്യാനം ഗോവിന്ദൻ വൈദ്യൻ

ഡോ. കെ രാജഗോപാലൻ, *പഞ്ചകർമ്മചികിത്സാ സാരസംഗ്രഹം*, ആര്യവൈദ്യശാല കോട്ടയ്ക്കൽ 2006.

വൈദ്യ ഭവഗാൻ ദാഷ്, *Massage therapy in Ayurveda*, concept publishing Co. New Delhi. Reprint 2002.

ഡോ. ജി ശ്രീനിവാസ ആചാര്യ, *Panchakarma illustrated,* chowkhamba sanskrit series Reprint 2009.

ഡോ. ജയകുമാർ ശർമ്മ, *The Panchakarma treatment including keraliya panchakarma,* Sri Satguru publication New Delhi, 2002

ഡോ. എസ് നേശമണി *ഔഷധ സസ്യങ്ങൾ Part 1 & part 2,* Bhasha institute, Trivandrum, Kerala. Fourteenth edition, 2012,

കെ ഡി കൃഷ്ണൻ വൈദ്യൻ, എസ് ഗോപാലപിള്ള, വ്യാഖ്യാതാക്കൾ, *സഹസ്ര യോഗം സുജനപ്രിയ വ്യാഖ്യാനം* വിദ്യാരംഭം പബ്ലിഷേഴ്സ്, മുല്ലയ്ക്കൽ, ആലപ്പുഴ 28-ാം എഡിഷൻ, 2009.

www.ingramcontent.com/pod-product-compliance
Lightning Source LLC
LaVergne TN
LVHW041108150826
845673LV00007B/1969

* 9 7 8 9 3 8 7 8 4 2 2 0 5 *